விஷ்ணு சஹஸ்ரநாமம்

செ. அருட்செல்வப்பேரரசன்

பொருளடக்கம்

முன்னுரை

"விஷ்ணு சஹஸ்ரநாமம்" என்பது, மஹாபாரதத்தின் அநுசாஸன பர்வம், 149ம் அத்தியாயத்தில் பீஷ்மர் மூலம் யுதிஷ்டிரனுக்கு வெளிப்படுத்தப்படும் முக்கிய துதியாகும். இந்த விஷ்ணு சஹஸ்ர நாமத்தை இயற்றியவர் வியாசர் என்று பீஷ்மரே இந்த அத்தியாயத்தின் 141ம் சுலோகத்தில் சொல்கிறார்.

பத்ம புராணம், ஸ்கந்த புராணம், கருட புராணம் ஆகியவற்றிலும் இதன் வெவ்வேறு பதிப்புகள் உள்ளன என்றும், சுந்தர குட்கம் என்ற படைப்பில், இதன் சீக்கிய பதிப்பும் உள்ளது என்றும் சொல்லப்படுகிறது. சம்ஸ்கிருதத்தில் "ஸஹஸ்ரம்" என்றால், "ஆயிரம்" என்றும், "நாமம்" என்றால், "பெயர்" என்றும் பொருள். எனவே, இந்த நாமாவளியை "விஷ்ணுவின் ஆயிரம் பெயர்கள்" என்றும் பொருள் கொள்ளலாம்.

விஷ்ணு சஹஸ்ர நாமத்தில் வரும் ஆயிரம் பெயர்களும், கர்மத்தைக் கட்டுப்படுத்தும் தெய்வத்தின் சக்தியையே குறிப்பாகத் தெரிவிக்கின்றன. அடுத்தடுத்து வரும் பெயர்களும் கூட, ஒரு வாக்கியமாக அமைந்து, பெரும் பொருளை உணர்த்தவல்லவையாக இருக்கின்றன என்று அறிஞர்கள் சொல்கிறார்கள்.

அத்வைதம், த்வைதம், விசிஷ்டாத்வைதம் ஆகிய வேதாந்த முறைகளின்படி இதற்குப் பல உரையாசிரியர்கள் பொருள் கொண்டு உரை அமைத்திருக்கிறார்கள். இந்த விஷ்ணு சஹஸ்ர நாமம், இன்றும் நம்பிக்கையுடைய பலரால் மனப்பாடம் செய்யப்படுகிறது. இதை தினந்தோறும் துதிப்பது, பெரும் மனோ சக்தியையும், உடல் புத்துணர்ச்சியையும் தருகிறது என்பது இன்று நேற்றல்ல, பல்லாயிரம் வருடங்களாகத் தொடர்ந்து வரும் நம்பிக்கையாகும்.

உத்தராயண காலத்தில் பரமபதம் அடைய வேண்டும் என்ற விருப்பத்தில் அம்புப்படுக்கையில் கிடந்த பீஷ்மர், குருக்ஷேத்திரப் போரின் முடிவில், ராஜ்ஜியத்தை ஆளப்போகும்

தர்மபுத்திர் யுதிஷ்டிரருக்கு ராஜ நீதிகளையும், மோக்ஷ தர்மத்தையும் விளக்கிச் சொல்கிறார். அதன் பிறகும் யுதிஷ்டிரருக்கு ஏற்படும் முக்கிய சந்தேகங்களை விளக்கவே, அவருக்கு இந்த "விஷ்ணு சஹஸ்ர நாமத்தை" போதிக்கிறார் பீஷ்மர்.

மஹாபாரதம், அநுசாஸன பர்வத்தில் வரும் 149ம் அத்தியாயமானது, இந்நூலில் முன்கதை, துதி, பலன் என்று மூன்றாகப் பிரிக்கப்பட்டிருக்கிறது. இதில் மொத்தம் 142 சுலோகங்கள் வருகின்றன. அவற்றில் முதல் 13 சுலோகங்கள், "முன்கதை" என்ற தலைப்பில் பிரிக்கப்பட்டிருக்கின்றன. 14ம் சுலோகத்தில் இருந்து 120ம் சுலோகம் வரையுள்ள 107 சுலோகங்களும், "துதி" என்று பிரிக்கப்பட்டுள்ளன. 121ம் சுலோகம் முதல் 142ம் சுலோகம் வரையுள்ள 22 சுலோகங்களிலும், விஷ்ணு சஹஸ்ர நாமத்தைப் படிப்பதால் கிட்டும் பலன்களை பீஷ்மர் சொல்வதால், அந்தப் பகுதி, "பலன்" என்ற தலைப்பில் பிரிக்கப்பட்டுள்ளது. மத்தியில் வரும் "துதி" என்ற பகுதியே விஷ்ணு சஹஸ்ர நாமமாகும்.

இந்தத் துதியும், இந்நூலில் நான்கு வகையில், நான்கு முறை சொல்லப்பட்டுள்ளது. முதலில், தமிழ் எழுத்துருவில் எளிமையாக்கப்பட்ட சம்ஸ்கிருதத் துதி கொடுக்கப் பட்டிருக்கிறது. இரண்டாவதாக, நேரடியான மூல சம்ஸ்கிருதத் துதி, தமிழ் லிபியில் கொடுக்கப்பட்டிருக்கிறது. மூன்றாவதாக, "பொருள்" என்ற தலைப்பில், விஷ்ணு சஹஸ்ரநாமத்தில் கொடுக்கப்பட்டுள்ள ஆயிரம் பெயர்களின் பொருள்களும் சுலோக வரிசைப்படியே தொகுத்து வழங்கப்பட்டிருக்கின்றன. நான்காவதாக, விஷ்ணுவின் ஆயிரம் பெயர்களும், அகரவரிசைப்படி பட்டியலிடப்பட்டு, ஒவ்வொரு பெயரின் பொருளும் கொடுக்கப்பட்டிருக்கிறது.

மஹாபாரதத்தில், அநுசாஸன பர்வம், 149ம் அத்தியாயத்தில் வரும் "விஷ்ணு சஹஸ்ர நாமம்" என்ற ஸ்தோத்திரத்தை, உள்ளது உள்ளபடியே கொடுக்கவும், படிப்பவர்கள் அதிலுள்ள மிகச் சிறிய, எளிய பொருளையாவது உணர்ந்து கொள்ளவும் உண்டாக்கப்பட்டதே இந்நூல்.

இதோ, "பிறப்பற்ற தேவனும், சுடர்மிக்கப் பிரகாசம் கொண்டவனும், அண்டத்திற்கு மூலமாகவும், காரணமாகவும் இருப்பவனும், சிதைவறியாதவனும், தாமரை இதழ்களைப்

போன்ற நீள்விழிகளைக் கொண்டவனுமான அந்த அண்டத் தலைவனை வழிபட்டுத் துதிப்பவர்கள் எந்த ஏமாற்றத்தையும் ஒருபோதும் சந்திப்பதில்லை" என்ற பீஷ்மரின் இறுதி வாக்கியமே மனக்கண்முன் எழுகிறது.

பலரும் முனைந்து, பொருள் கொள்ள விரும்பும், "விஷ்ணு சஹஸ்ர நாமம்" என்ற இந்த உன்னத துதியை, இப்படி ஒரு நூலாகத் தொகுத்ததில் பெரும் மகிழ்ச்சியடைகிறேன். அனைத்தும் பரமன் சித்தம்.

அன்புடன்
செ.அருட்செல்வப்பேரரசன்
202409230741

முன்கதை

குருகேஷத்திரப் போர் நிறைவடைந்தது. பரமபதம் அடைய நல்ல நாளை எதிர்பார்த்து அம்புப்படுக்கையில் கிடந்தார் பீஷ்மர்.

இராஜநீதிகள், மோக்ஷ தர்மம், கடமைகள், புனிதச் செயல்கள், மனிதர்களின் பாவங்களைத் தூய்மையாக்கும் பொருள்கள் என அனைத்தையும் முழுமையாகக் கேட்ட தர்மபுத்திரன் யுதிஷ்டிரன், சாந்தனுவின் மகனான பீஷ்மரிடம் மேலும் சில கேள்விகளைக் கேட்டான்.(1)

யுதிஷ்டிரன், "உலகின் ஒரே தேவன் என்று யாரைக் கூறலாம்? நமது ஆன்மப் புகலிடமான ஒரே பொருளாக யாரைக் கூறலாம்? எவனை வழிபடுவதன் மூலம், அல்லது எவனுடைய புகழைப் பாடுவதன் மூலம் மனிதர்கள் நன்மையை அடைவார்கள்?(2) உமது தீர்மானத்தின்படி அறங்கள் அனைத்திலும் முதன்மையான அறம் எது? எந்த மந்திரங்களை உரைப்பதன் மூலம், பிறவி, வாழ்வு ஆகிய கட்டுகளில் இருந்து ஓர் உயிரினத்தால் விடுபட முடியும்?" என்று கேட்டான்.(3)

பீஷ்மர், யுதிஷ்டிரனிடம், "ஒருவன் தளர்வனைத்தையும் களைந்துவிட்டு, அண்டத்தின் தலைவனும், எல்லையற்றவனும், அனைத்திலும் முதன்மையானவனும், தேவதேவனுமான விஷ்ணுவின் ஆயிரம் பெயர்களைச் சொல்லி அவனுடைய புகழை உற்சாகமாகப் பாட வேண்டும்.(4)

மாற்றமில்லாதவனான அவனை மதிப்புடனும், பக்தியுடனும் எப்போதும் வழிபடுவதன் மூலமும், அவனைத் தியானிப்பதன் மூலமும், அவனது புகழைப் பாடி, அவனுக்குத் தலைவணங்குவதன் மூலமும், அவனுக்காக வேள்வி செய்வதன் மூலமும், தொடக்கமும், முடிவும், அழிவும் இல்லாதவனும், உலகங்கள் அனைத்தின் பரமத் தலைவனும், அண்டத்தைக் கட்டுப்படுத்தி ஆள்பவனுமான அந்த விஷ்ணுவைப் புகழ்வதன் மூலமும் கவலைகள் அனைத்தையும் கடப்பதில் ஒருவன் வெற்றி அடையலாம்.(5,6)

உண்மையில், பிராமணர்களிடம் அர்ப்பணிப்பு உள்ளவனாகவும், கடமைகள், நடைமுறைகள் ஆகிய அனைத்தையும் அறிந்தவனாகவும், அனைவரின் புகழ் மற்றும் சாதனைகளைப் பெருக்குபவனாகவும், அனைத்து உலகங்களையும் ஆள்பவனாகவும், பேரற்புதம் நிறைந்தவனாகவும், அனைத்து உயிரினங்களின் தோற்றத்துக்கான அடிப்படைக் காரணமாகவும் அவனே இருக்கிறான்.(7) என் தீர்மானத்தின்படி, தாமரைக்கண்ணனான வாசுதேவனிடம் பக்தியுடன் அவனது புகழைப் பாடி, எப்போதும் அவனை வழிபடுவதே ஒருவன் செய்யும் அறங்கள் அனைத்திலும் முதன்மையான அறமாகும்.(8)

உயர்ந்த சக்தி அவனே. உயர்ந்த தவம் அவனே. உயர்ந்த பிரம்மம் அவனே.(9) உயர்ந்த புகலிடம் அவனே. புனிதங்கள் அனைத்திலும் மிகப் புனிதமானவன் அவனே. மங்கலப் பொருட்கள் அனைத்திலும் புனிதமிக்கவன் அவனே. தேவர்கள் அனைவருக்கும் தேவன் அவனே, உயிரினங்கள் அனைத்திற்கும் மாற்றமில்லா நிலையான தந்தை அவனே.(10)

தொடக்க யுகம் தொடங்கியபோது உயிரினங்கள் அனைத்தும் அவனிடம் இருந்தே உண்டாகின. யுகம் தீர்ந்ததும் அனைத்துப் பொருட்களும் அவனிலேயே மறைகின்றன.(11)

மன்னா, யுதிஷ்டிரா, உலகங்கள் அனைத்திலும் முதன்மையானவனும், அண்டத்தை ஆள்பவனுமான விஷ்ணுவின் ஆயிரம் பெயர்களைக் கேட்பாயாக. அவை பாவங்களை அழிப்பதில் பெருந்திறன் கொண்டவையாகும்.(12)

முனிவர்களால் பாடப்பட்ட உயரான்ம வாசுதேவனின் ரகசியமான மற்றும் நன்கறியப்பட்ட குணங்களில் இருந்து எடுக்கப்பட்ட அவனுடைய பெயர்கள் அனைத்தையும் அனைவருடைய நன்மைக்காவும் உனக்குச் சொல்லப் போகிறேன்" என்றார் (பீஷ்மர்).(13)

எளிய வடிவில் மூலத்துதி

ஓம்! விஸ்வம், விஷ்ணு, வஷட்காரன், பூதபவ்யபவத்ப்ரபு,
பூதக்ருத், பூதப்ருத், பாவன், பூதாத்மா, பூதபாவநன். 14

பூதாத்மா, பரமாத்மா, முக்தாநாம்பரமாகதி,
அவ்யயன், புருஷன், ஸாக்ஷீ, க்ஷேத்ரஜ்ஞன், அக்ஷரன். 15

யோகன், யோகவிதாம்நேதா, ப்ரதாநபுருஷேஸ்வரன்,
நாரஸிம்மவபு, ஸ்ரீமாந், கேசவன், புருஷோத்தமன். 16

ஸர்வன், சர்வன், சிவன், ஸ்தாணு, பூதாதி, நிதிரவ்யயன்,
ஸம்பவன், பாவநன், பர்த்தா, ப்ரபவன், ப்ரபு, ஈஸ்வரன். 17

ஸ்வயம்பூ, சம்பு, ஆதித்யன், புஷ்கராக்ஷன், மஹாஸ்வநன்,
அநாதிநிதநன், தாதா, விதாதா, தாதுருத்தமன். 18

அப்ரமேயன், ஹ்ருஷீகேசன், பத்மநாபன், அமரப்ரபு,
விஸ்வகர்மா, மநு, த்வஷ்டா, ஸ்தவிஷ்டன், ஸ்தவிரன், த்ருவன். 19

அக்ராஹ்யன், சாஸ்வதன், கிருஷ்ணன், லோஹிதாக்ஷன்,
ப்ரதர்த்தநன்,
பரப்பூதன், த்ரிககுப்தாமா, பவித்ரம், மங்களம்பரம். 20

ஈசாநன், ப்ராணதப்ராணன், ஜ்யேஷ்டன், ஸ்ரேஷ்டன், ப்ரஜாபதி,
ஹிரண்யகர்ப்பன், பூகர்ப்பன், மாதவன், மதுஸூதநன். 21

ஈஸ்வரன், விக்ரமீ, தந்வீ, மேதாவீ, விக்ரமன், க்ரமன்,
அநுத்தமன், துராதர்ஷன், க்ருதஜ்ஞன், க்ருதி, ஆத்மவாந். 22

ஸூரேசன், சரணன், சர்ம, விஸ்வரேதஸ், ப்ரஜாபவன்,
அஹஸ், ஸவம்த்ஸரன், வியாளன், ப்ரத்யயன், ஸர்வதர்சனன். 23

அஜன், ஸர்வேஸ்வரன், ஸித்தன், ஸித்தி, ஸர்வாதி, அச்யுதன்,
வ்ருஷாகபி, அமேயாத்மா, ஸர்வயோகவிநிஸ்ருதன். 24

வஸு, வஸுமனஸ், ஸத்யன், ஸமாத்மா, ஸம்மிதன், ஸமன்,
அமோகன், புண்டரீகாக்ஷன், விருஷகர்மா, வ்ருஷாக்ருதி. 25

ருத்ரன், பஹுசிரஸ், பப்ரு, விஸ்வயோநி, சுசிஸ்ரவஸ்,
அம்ருதன், சாஸ்வதஸ்தாணு, வராரோஹன், மஹாதபஸ். 26
ஸர்வகன், ஸர்வவித், பானு, விஷ்வக்ஸேனன், ஜனார்த்தநன்,
வேதன், வேதவித், அவ்யங்கன், வேதாங்கன், வேதவித், கவி. 27

லோகாத்யக்ஷன், ஸுராத்யக்ஷன், தர்மாத்யக்ஷன், காரியமாகவும்,
க்ருதாக்ருதன்,
சதுராத்மா, சதுர்வ்யூஹன், சதுர்த்தம், ஷ்ட்ரன், சதுர்ப்புஜன். 28

ப்ராஜிஷ்ணு, போஜனன், போக்தா, ஸஹிஷ்ணு, ஜகதாதிஜன்,
அனகோவிஜயன், ஜேதா, விஸ்வயோநி, புநர்வஸு. 29

உபேந்த்ரன், வாமனன், ப்ராம்சு, அமோகன், சுசி, ஊர்ஜிதன்,
அதீந்த்ரன், ஸங்க்ரஹன், ஸர்க்கன், த்ருதாத்மா, நியமன், யமன்.
30

வேத்யன், வைத்யன், ஸதாயோகீ, வீரஹா, மாதவன், மது,
அதீந்த்ரியன், மஹாமாயன், மஹோத்ஸாஹன், மஹாபலன். 31

மஹாபுத்தி, மஹாவீர்யன், மஹாசக்தி, மஹாத்யுதி,
அநிர்த்தேஸ்யவபு, ஸ்ரீமாந், அமேயாத்மா, மஹாத்ரித்ருத். 32

மஹேஷ்வாஸன், மஹீபர்த்தா, ஸ்ரீநிவாஸன், ஸதாம்கதி,
அநிருத்தன், ஸுராநந்தன், கோவிந்தன், கோவிதாம்பதி. 33

மரீசி, தமனன், ஹம்ஸன், ஸுபர்ணன், புஜகோத்தமன்,
ஹிரண்யநாபன், ஸுதபஸ், பத்மநாபன், ப்ரஜாபதி. 34

அம்ருத்யு, ஸர்வத்ருக், ஸிம்மன், ஸந்தாதா, ஸந்திமாந், ஸ்திரன்,
அஜன், துர்மர்ஷணன், சாஸ்தா, விஸ்ருதாத்மா, ஸுராரிஹா. 35

குருர்க்குருதமன், தாம, ஸத்யன், ஸத்யபராக்ரமன்,
நிமிஷன், அநிமிஷன், ஸ்ரக்வீ, வாசஸ்பதி, உதாரதீ. 36

அக்ரணீ, க்ராமணீ, ஸ்ரீமாந், ந்யாயன், நேதா, ஸமீரணன்,
ஸஹஸ்ரமூர்த்தா, விஸ்வாத்மா, ஸஹஸ்ராக்ஷன். 37

ஸஹஸ்ரபாத், ஆவர்த்தனன், நிவ்ருத்தாத்மா, ஸம்வ்ருதன்,
ஸம்ப்ரமர்த்தனன்,
அஹஸ், ஸம்வர்த்தகன், வஹ்நி, அனிலன், தரணீதரன். 38

ஸுப்ரஸாதன், ப்ரஸந்நாத்மா, விஸ்வஸ்ருக், விஸ்வபுக்விபு,
ஸத்கர்த்தா, ஸத்க்ருதன், ஸாது, ஜஹ்னு, நாராயணன், நரன். 39

அஸங்க்யேயன், அப்ரமேயாத்மா, விசிஷ்டன், சிஷ்டக்ருத், சுசி,
ஸித்தார்த்தன், ஸித்தஸங்கல்பன், ஸித்திதன், ஸித்திஸாதனன். 40

வ்ருஷாஹீ, வ்ருஷபன், விஷ்ணு, வ்ருஷபர்வா, வ்ருஷோதரன்,
வர்த்தனன், வர்த்தமானன், விவிக்தன், ஸ்ருதிஸாகரன். 41

ஸுபுஜன், துர்த்தரன், வாக்மீ, மஹேந்த்ரன், வஸுதன், வஸு,
நைகரூபன், ப்ருஹத்ரூபன், சிபிவிஷ்டன், ப்ரகாசனன். 42

ஓஜஸ்தேஜோத்யுதிதரன், ப்ரகாசாத்மா, ப்ரதாபனன்,
ருத்தன், ஸ்பஷ்டாக்ஷரன், மந்த்ரன், சந்த்ராம்சு, பாஸ்கரத்யுதி. 43

அம்ருதாம்சூத்பவன், பானு, சசபிந்து, ஸுரேஸ்வரன்,
ஔஷதம், ஜகதஸ்ஸேது, ஸத்யதர்மபராக்ரமன். 44

பூதபவ்யபவந்நாதன், பவன், பாவனன், அநலன்,
காமஹா, காமக்ருத், காந்தன், காமன், காமப்ரதன், ப்ரபு. 45

யுகாதிக்ருத், யுகாவர்த்தன், நைகமாயன், மஹாசனன்,
அத்ருஸ்யன், வ்யக்தரூபன், ஸஹஸ்ரஜித், அனந்தஜித். 46

இஷ்டோவிசிஷ்டன், சிஷ்டேஷ்டன், சிகண்டி, நஹுஷன், வ்ருஷன்,
க்ரோதஹா, க்ரோதக்ருத், கர்த்தா, விஸ்வபாஹூ, மஹீதரன். 47

அச்யுதன், ப்ரதிதன், ப்ராணன், ப்ராணதன், வாஸவாநுஜன்,
அபாம்நிதி, அதிஷ்டானன், அப்ரமத்தன், ப்ரதிஷ்டிதன். 48

ஸ்கந்தன், ஸ்கந்ததரன், துர்யன், வரதன், வாயுவாஹனன்,
வாஸுதேவன், ப்ருஹத்பானு, ஆதிதேவன், புரந்தரன். 49

அசோகன், தாரணன், தாரன், சூரன், செளரி, ஜநேஸ்வரன்,
அநுகூலன், சதாவர்த்தன், பத்மீ, பத்மநிபேஷணன். 50

பத்மநாபன், அரவிந்தாக்ஷன், பத்மகர்ப்பன், சரீரப்ருத்,
மஹர்த்தி, ருத்தன், வ்ருத்தாத்மா, மஹாக்ஷன், கருடத்வஜன். 51

அதுலன், பீமன், ஸமயஜ்ஞன், ஹவிஸ், ஹரி,
ஸர்வலக்ஷணலக்ஷண்யன், லக்ஷ்மீவாந், ஸமிதிஞ்சயன். 52

விக்ஷரன், ரோஹிதன், மார்க்கன், ஹேது, தாமோதரன், ஸஹன்,
மஹீதரன், மஹாபாகன், வேகவாந், அமிதாசநன். 53

உத்பவன், க்ஷோபணன், தேவன், ஸ்ரீகர்ப்பன், பரமேஸ்வரன்,
கரணம், காரணன், கர்த்தா, விகர்த்தா, கஹநன், குஹன். 54

வ்யயஸாயன், வ்யயவஸ்தாநன், ஸம்ஸ்தாநன், ஸ்தாநதன்,
த்ருவன்,
பரர்த்தி, பரமஸ்பஷ்டன், துஷ்டன், புஷ்டன், சுபேக்ஷணன். 55

ராமன், விராமன், விரதன், மார்க்கன், நேயன், நயன், அநயன்,
வீரன், சக்திமதாம்ஸ்ரேஷ்டன், தர்மம், தர்மவிதுத்தமன். 56

வைகுண்டன், புருஷன், ப்ராணன், ப்ராணதன், ப்ரணமன், ப்ருது,
ஹிரண்யகர்ப்பன், சத்ருக்நன், வ்யாப்தன், வாயு, அதோக்ஷஜன்.
57

ருது, ஸுதர்சநன், காலன், பரமேஷ்டி, பரிக்ரஹன்,
உக்ரன், ஸம்வத்ஸரன், தக்ஷன், விஸ்ராமன், விஸ்வதக்ஷிணன்.
58

விஸ்தாரன், ஸ்தாவரஸ்தாணு, ப்ரமாணன், பீஜமவ்யயம்,
அர்த்தன், அநர்த்தன், மஹாகோசன், மஹாபோகன், மஹாதனன்.
59

அநிர்விண்ணன், ஸ்தவிஷ்டன், பூ, தர்மயூபன், மஹாமகன்,
நக்ஷத்ரநேமி, நக்ஷத்ரீ, க்ஷமன், க்ஷாமன், ஸமீஹநன். 60

யஜ்ஞன், இஜ்யன், மஹேஜ்யன், க்ரது, ஸத்ரம், ஸதாம்கதி,
ஸர்வதர்சீ, நிவ்ருத்தாத்மா, ஸர்வஜ்ஞன், ஜ்ஞானமுத்தமம். 61

ஸுவ்ரதன், ஸுமுகன், ஸூக்ஷ்மன், ஸுகோஷன், ஸுகதன்,
ஸுஹ்ருத்,
மனோஹரன், ஜிதக்ரோதன், வீரபாஹு, விதாரணன். 62

ஸ்வாபநன், ஸ்வவசன், வ்யாபீ, நைகாத்மா, நைககர்மக்ருத்,
வத்ஸரன், வத்ஸலன், வத்ஸீ, ரத்நகர்ப்பன், தநேஸ்வரன். 63

தர்மகுப், தர்மக்ருத், தர்மீ, ஸத், அஸத், க்ஷரம்,
அக்ஷரன், அவிஜ்ஞாதா, ஸஹஸ்ராம்சு, விதாதா, க்ருதலக்ஷணன்.
64

கபஸ்திநேமி, ஸத்வஸ்தன், ஸிம்மன், பூதமஹேஸ்வரன்,
ஆதிதேவன், மஹாதேவன், தேவேசன், தேவப்ருத்குரு. 65

உத்தரன், கோபதி, கோப்தா, ஜ்ஞானகம்யன், புராதநன்,
சரீரபூதப்ருத், போக்தா, கபீந்த்ரன், பூரிதக்ஷிணன். 66

ஸோமபன், அம்ருதபன், ஸோமன், புருஜித், புருஸத்தமன்,
விநயன், ஜயன், ஸத்யஸந்தன், தாசார்ஹன், ஸாத்வதாம்பதி. 67

ஜீவன், விநயிதா, ஸாக்ஷீ, முகுந்தன், அமிதவிக்ரமன்,
அம்போநிதி, அநந்தாத்மா, மஹோததிசயன், அந்தகன். 68

அஜன், மஹார்ஹன், ஸ்வாபாவ்யன், ஜிதாமித்ரன், ப்ரமோதன்,
ஆநந்தன், நந்தநன், நந்தன், ஸத்யதர்மா, த்ரிவிக்ரமன். 69

மஹர்ஷி, கபிலாசார்யன், க்ருதஜ்ஞன், மேதிநீபதி,
த்ரிபதன், த்ரிதசாத்யக்ஷன், மஹாஸ்ருங்கன், க்ருதாந்தக்ருத். 70

மஹாவராஹன், கோவிந்தன், ஸுஷேணன், கநகாங்கதீ,
குஹ்யன், கபீரன், கஹநன், குப்தன், சக்ரகதாதரன். 71

வேதஸ், ஸ்வாங்கன், அஜிதன், க்ருஷ்ணன், த்ருடன்,
ஸங்கர்ஷணன்,
அச்யுதன், வாருணன், வ்ருக்ஷன், புஷ்கராக்ஷன், மஹாமநஸ். 72

பகவாந், பகஹா, நந்தீ, வநமாலி, ஹலாயுதன்,
ஆதித்யன், ஜ்யோதிராதித்யன், ஸஹிஷ்ணு, கதிஸத்தமன். 73

சூதந்வா, கண்டபரசு, தாருணன், த்ரவிணப்ரதன்,
திவிஸ்ப்ருக், ஸர்வத்ருக், வ்யாஸன், வாசஸ்பதி, அயோநிஜன். 74

த்ரிஸாமா, ஸாமகன், ஸாம, நிர்வாணம், பேஷஜம், பிஷக்,
ஸந்யாஸக்ருத், சமன், சாந்தன், நிஷ்டாசாந்திபராயணன். 75

சுபாங்கன், சாந்திதன், ஸ்ரஷ்டா, குமுதன், குவலேசயன்,
கோஹிதன், கோபதி, கோப்தா, வ்ருஷபாகூஷன், வ்ருஷப்ரியன். 76

அநிவர்த்தீ, நிவ்ருத்தாத்மா, ஸம்கேஷிப்தா, கேஷமக்ருத், சிவன்,
ஸ்ரீவத்ஸவகூஷஸ், ஸ்ரீவாஸன், ஸ்ரீபதி, ஸ்ரீமதாம்வரன். 77

ஸ்ரீதர், ஸ்ரீசன், ஸ்ரீநிவாஸன், ஸ்ரீநிதி, ஸ்ரீவிபாவநன்,
ஸ்ரீதரன், ஸ்ரீகரன், ஸ்ரேயஸ், ஸ்ரீமாந், லோகத்ரயாஸ்ரயன். 78

ஸ்வகூஷன், ஸ்வங்கன், சதாநந்தன், நந்தி,
ஐயோதிர்க்கணேஸ்வரன்,
விஜிதாத்மா, விதேயாத்மா, ஸத்கீர்த்தி, சிந்நஸம்சயன். 79

உதீர்ணன், ஸர்வதர்கூஷ, அநீசன், சாஸ்வதஸ்திரன்,
பூசயன், பூஷணன், பூதி, விசோகன், சோகநாசநன். 80

அர்ச்சிஷ்மாந், அர்ச்சிதன், கும்பன், விசுத்தாத்மா, விசோதநன்,
அநிருத்தன், அப்ரதிரதன், ப்ரத்யும்நன், அமிதவிக்ரமன். 81

காலநேமிநிஹா, செளரி, சூரன், சூரஜநேஸ்வரன்,
த்ரிலோகாத்மா, த்ரிலோகேசன், கேசவன், கேசிஹா, ஹரி. 82

காமதேவன், காமபாலன், காமீ, காந்தன், க்ருதாகமன்,
அநிர்த்தேஸ்யவபு, விஷ்ணு, வீரன், அநந்தன், தநஞ்சயன். 83

ப்ரம்மண்யன், ப்ரம்மக்ருத்ப்ரம்மா, ப்ரம்ம, ப்ரம்மவிவர்த்தநன்,
ப்ரம்மவித், ப்ராம்மணன், ப்ரம்மீ, ப்ரம்மஜ்ஞன், ப்ராம்மணப்ரியன்.
84

மஹாக்ரமன், மஹாகர்மா, மஹாதேஜஸ், மஹோரகன்,
மஹாக்ரது, மஹாயஜ்வா, மஹாயஜ்ஞன், மஹாஹவிஸ். 85

ஸ்தவ்யன், ஸ்தவப்ரியன், ஸ்தோத்ரம், ஸ்துதன், ஸ்தோதா,
ரணப்ரியன்,
பூர்ணன், பூரயிதா, புண்யன், புண்யகீர்த்தி, அநாமயன். 86

மநோஜவன், தீர்த்தகரன், வஸுரேதஸ், வஸுப்ரதன்,
வஸுப்ரதன், வாஸுதேவன், வஸு, வஸுமநஸ், ஹவிஸ். 87

ஸத்கதி, ஸத்க்ருதி, ஸத்தா, ஸத்பூதி, ஸத்பராயணன்,
சூரஸேநன், யதுரேஷ்டன், ஸந்நிவாஸன், ஸுயாமுநன். 88

பூதாவாஸன், வாஸுதேவன், ஸர்வாஸுநிலயன், அநலன்,
தர்ப்பஹா, தர்ப்பதன், அத்ருப்தன், துர்த்தரன், அபராஜிதன். 89

விஸ்வமூர்த்தி, மஹாமூர்த்தி, தீப்தமூர்த்தி, அமூர்த்திமாந்,
அநேகமூர்த்தி, அவ்யக்தன், சதமூர்த்தி, சதாநநன். 90

ஏகன், நைகன், ஸவ, க, கிம், யத், தத், பதமநுத்தமம்,
லோகபந்து, லோகநாதன், மாதவன், பக்தவத்ஸலன். 91

ஸுவர்ணவர்ணன், ஹேமாங்கன், வராங்கன், சந்தநாங்கதீ,
வீரஹா, விஷமன், சூந்யன், க்ருதாசிஸ், அசலன், சலன். 92

அமாநீ, மாநதன், மாந்யன், லோகஸ்வாமீ, த்ரிலோகக்ருக்,
ஸுமேதஸ், மேதஜன், தந்யன், ஸத்யமேதஸ், தராதரன். 93

தேஜோவ்ருஷன், த்யுதிதரன், ஸர்வசஸ்த்ரப்ருதாம்வரன்,
ப்ரக்ரஹன், நிக்ரஹன், வ்யக்ரன், நைகஸ்ருங்கன், கதாக்ரஜன். 94

சதுர்மூர்த்தி, சதுர்ப்பாஹூ, சதுர்வ்யூஹன், சதுர்க்கதி,
சதுராத்மா, சதுர்ப்பாவன், சதுர்வேதவித், ஏகபாத். 95

ஸமாவர்த்தன், நிவ்ருத்தாத்மா, துர்ஜயன், துரதிக்ரமன்,
துர்லபன், துர்க்கமன், துர்க்கன், துராவாஸன், துராரிஹா. 96

சுபாங்கன், லோகஸாரங்கன், ஸுதந்து, தந்துவர்த்தகன்,
இந்த்ரகர்மா, மஹாகர்மா, க்ருதகர்மா, க்ருதாகமன். 97

உத்பவன், ஸுந்தரன், ஸுந்தர், ரத்நநாபன், ஸுலோசநன்,
அர்க்கன், வாஜஸநி, ஸ்ருங்கீ, ஜயந்தன், ஸர்வவிஜ்ஜயீ. 98

ஸௌவர்ணபிந்து, அக்ஷோப்யன், ஸர்வவாகீஸ்வரேஸ்வரன்,
மஹாஹ்ரதன், மஹாகர்த்தன், மஹாபூதன், மஹாநிதி. 99

குமுதன், குந்தரன், குந்தன், பர்ஜந்யன், பவநன், அநிலன்,
அமிதாசன், அம்ருதவபு, ஸர்வஜ்ஞன், ஸர்வதோமுகன். 100

ஸூலபன், ஸுவ்ரதன், ஸித்தன், சத்ருஜித், சத்ருதாபநன்,
ந்யக்ரோதன், உதும்பரன், அஸ்வத்தன், சாணூராந்த்ரநிஷூதநன்.
101

ஸஹஸ்ரார்ச்சிஸ், ஸப்தஜிஹ்வன், ஸப்தைதஸ், ஸப்தவாஹநன்,
அமூர்த்தி, அநகன், அசிந்த்யன், பயக்ருத், பயநாசநன். 102

அணு, ப்ருஹத், க்ருசன், ஸ்தூலன், குணப்ருத், நிர்க்குணன்,
மஹாந்,
அத்ருதன், ஸ்வத்ருதன், ஸ்வாஸ்யன், ப்ராக்வம்சன்,
வம்சவர்த்தநன். 103

பாரப்ருத், கதிதன், யோகீ, யோகீசன், ஸர்வகாமதன்,
ஆஸ்ரமன், ஸ்ரமணன், க்ஷாமன், ஸுபர்ணன், வாயுவாஹநன். 104

தநுர்த்தரன், தநுர்வேதன், தண்டன், தமயிதா, அதமன்,
அபராஜிதன், ஸர்வஸஹன், நியந்தா, நியமன், யமன். 105

ஸத்வவாந், ஸாத்விகன், ஸத்யன், ஸத்யதர்மபராயணன்,
அபிப்ராயன், ப்ரியார்ஹன், அர்ஹன், ப்ரியக்ருத், ப்ரீதிவர்த்தநன்.
106

விஹாயஸகதி, ஜ்யோதி, ஸுருசி, ஹூதபுக்விபு,
ரவி, விரோசநன், ஸூர்யன், ஸவிதா, ரவிலோசநன். 107

அநந்த, ஹூதபுக், போக்தா, ஸுகதன், நைகதன், அக்ரஜன்,
அநிர்விண்ணன், ஸதாமர்ஷீ, லோகாதிஷ்டாநன், அத்புதன். 108

ஸநாத், ஸநாதந்தமன், கபிலன், கபிரவ்யயன்,
ஸ்வஸ்திதன், ஸ்வஸ்திக்ருத், ஸ்வஸ்தி, ஸ்வஸ்திபுக்,
ஸ்வஸ்திதக்ஷிணன். 109

அரௌத்ரன், குண்டலீ, சக்ரீ, விக்ரமீ, ஊர்ஜிதசாஸநன்,
சப்தாதிகன், சப்தஸ்ஹன், சிசிரன், சர்வரீகரன். 110

அக்ரூரன், பேசலன், தக்ஷன், தக்ஷிணன், க்ஷமிணாம்வரன்,
வித்வத்தமன், வீதபயன், புண்யஸ்ரவணகீர்த்தநர். 111

உத்தாரணன், துஷ்க்ருதிஹா, புண்யன், துஸ்வப்நநாசநன்,
வீரஹா, ரக்ஷணன், ஸந்தன், ஜீவநன், பர்யவஸ்திதன். 112

அநந்தரூபன், அநந்தஸ்ரீ, ஜிதமந்யு, பயாபஹன்,
சதுரஸ்ரன், கபீராத்மா, விதிசன், வ்யாதிசன், திசன். 113

அநாதி, பூர்ப்புவன், லக்ஷ்மீ, ஸுவீரன், ருசிராங்கதன்,
ஜநநன், ஜநஜந்மாதி, பீமன், பீமபராக்ரமன். 114

ஆதாரநிலயன், தாதா, புஷ்பஹாஸன், ப்ரஜாகரன்,
ஊர்த்வகன், ஸத்பதாசாரன், ப்ராணதன், ப்ரணவன், பணன். 115

ப்ரமாணன், ப்ராணநிலயன், ப்ராணத்ருத், ப்ராணஜீவநன்,
தத்வம்தத்வவித், ஏகாத்மா, ஜந்மம்ருத்யுஜராதிகன். 116

பூர்ப்புவஸ்வஸ்தரு, தாரன், ஸவிதா, ப்ரபிதாமஹன்,
யஜ்ஞன், யஜ்ஞபதி, யஜ்வா, யஜ்ஞாங்கன், யஜ்ஞவாஹநன். 117

யஜ்ஞப்ருத், யஜ்ஞக்ருத், யஜ்ஞீ, யஜ்ஞபுக், யஜ்ஞஸாதநன்,
யஜ்ஞாந்தக்ருத், யஜ்ஞகுஹ்யன், அந்நம், அந்நாதன். 118

ஆத்மயோநி, ஸ்வயஞ்சாதன், வைகாநன், ஸாமகாயநன்,
தேவகீநந்தநன், ஸ்ரஷ்டா, க்ஷிதீசன், பாபநாசநன். 119

சங்கப்ருத், நந்தகீ, சக்ரீ, அகங்காரம்} சார்ங்கதந்வா, கதாதரன்,
ரதாங்கபாணி, அக்ஷோப்யன், ஸர்வப்ரஹரணாயுதன்.
ஓம், அவனை வணங்குகிறேன். 120.

மூலத்துதி

விஸ்வம்' விஷ்ணுர்வஷட்காரோ பூ⁴தப⁴வ்யப⁴வத்ப்ரபு⁴:/
பூ⁴தக்ரு'த்பூ⁴தப்'ரு'த்பா⁴வோ பூ⁴தாத்மா பூ⁴தபா⁴வன:// 14

பூதாத்மா பரமாத்மா ச முக்தானாம்' பரமா க³தி:/
அவ்யய: புருஷ: ஸாக்ஷீ க்ஷேத்ரஜ்ஞோ(அ)க்ஷர ஏவ ச// 15

யோகோ³ யோக³விதாம்'நேதா ப்ரதா⁴நபுருஷேஸ்வர:/
நரஸிம்'ஹவபு: ஸ்ரீமான்கேஸவ: புருஷோத்தம:// 16

ஸர்வ: ஸர்வ: ஸிவ: ஸ்தா²ணுர்பூ⁴தாதி³ர்நிதி⁴ரவ்யய:/
ஸம்ப⁴வோ பா⁴வனோ ப⁴ர்தா ப்ரப⁴வ: ப்ரபு⁴ரீஸ்வர:// 17

ஸ்வயம்பூ⁴: ஸம்பு⁴ராதி³த்ய: புஷ்கராக்ஷோ மஹாஸ்வன:/
அனாதிநித⁴னோ தா⁴தா விதா⁴தா தா⁴துருத்தம:// 18

அப்ரமேயோ ஹ்ரு'ஷீகேஸ: பத்³மனாபோ⁴(அ)மரப்ரபு⁴:/
விஸ்வகர்மா மனுஸ்த்வஷ்டா ஸ்த²விஷ்ட: ஸ்த²விரோ த்⁴ருவ:// 19

அக்³ராஹ்ய: ஸாஸ்வத: க்ரு'ஷ்ணோ லோஹிதாக்ஷி: ப்ரதர்த³ன:/
ப்ரபூ⁴தஸ்த்ரிககுத்³தா⁴ம பவித்ரம்' மங்க³லம்' பரம்// 20

ஈஸான: ப்ராணத³: ப்ராணோ ஜ்யேஷ்ட: ஸ்ரேஷ்ட: ப்ரஜாபதி:/
ஹிரண்யகர்போ⁴ பூ⁴கர்போ⁴ மாக⁴வோ மது⁴ஸூத³ன:// 21

ஈஸ்வரோ விக்ரமீ த⁴ன்வீ மேதா⁴வீ விக்ரம: க்ரம:/
அனுத்தமோ துராத⁴ர்ஷ: க்ரு'தஜ்ஞ: க்ரு'திராத்மவான்// 22

ஸூரேஸ: ஸரணம்' ஸர்ம விஸ்வரேதா: ப்ரஜாப⁴வ:/
அஹ: ஸம்'வத்ஸரோ வ்யால: ப்ரத்யய: ஸர்வத³ர்ஸன:// 23

அஜ: ஸர்வேஸ்வர: ஸித்³த⁴: ஸித்³தி⁴: ஸர்வாதி³ரச்யுத:/
வ்ரு'ஷாகபிரமேயாத்மா ஸர்வயோக³வினி:ஸ்ரு'த:// 24

வஸுர்வஸுமனா: ஸத்ய: ஸமாத்மா ஸம்மித: ஸம:/
அமோக⁴: புண்ட³ரீகாக்ஷோ வ்ரு'ஷகர்மா வ்ரு'ஷாக்ரு'தி:// 25

ருத்³ரோ ப³ஹுஸிரா ப³ப்⁴ரூர்விஸ்வயோனி: ஸுசிஸ்ரவா:/
அம்ரு'த: ஸாஸ்வத: ஸ்தா²ணுர்வராரோஹோ மஹாதபா:// 26

ஸர்வக: ஸர்வவித்³பா⁴னுர்விஷ்வக்ஸேனோ ஜனார்த³ன:/
வேதோ³ வேத³வித³வ்யங்கோ³ வேதா³ங்கோ³ வேத³வித்கவி:// 27

லோகாத்⁴யக்ஷ: ஸுராத்⁴யக்ஷோ த⁴ர்மாத்⁴யக்ஷ: க்ரு'தாக்ரு'த:/
சதுராத்மா சதுர்வ்யூஹஸ்சதுர்தம்'ஷ்ட்ரஸ்சதுர்பு⁴ஜ:// 28

ப்⁴ராஜிஷ்ணுர்போ⁴ஜனம்' போ⁴க்தா ஸஹிஷ்ணுர்ஜக³தா³தி³ஜ:/
அனகோ⁴ விஜயோ ஜேதா விஸ்வயோனி: புனர்வஸு// 29

உபேந்த்³ரோ வாமன: ப்ராம்'ஸுரமோக⁴: ஸுசிருர்ஜித:/
அதீந்த்³ர: ஸங்க்³ரஹ: ஸர்கோ³ த்⁴ரு'தாத்மா நியமோயம:// 30

வேத்³யோ வைத்³ய: ஸதா³யோகீ³ வீரஹா மாத⁴வோ மது⁴:/
அதீந்த்³ரியோ மஹாமாயோ மஹோத்ஸாஹோ மஹாப³ல:// 31

மஹாபு³த்³தி⁴ர்மஹாவீர்யோ மஹாஸக்திர்மஹாத்³யுதி:/
அனிர்தே³ஸ்யவபு: ஸ்ரீமானமேயாத்மா மஹாத்³ரித்⁴ரு'க்// 32

மஹேஷ்வாஸோ மஹீப⁴ர்தா ஸ்ரீனிவாஸ: ஸதாங்க³தி:/
அனிருத்³த⁴: ஸுரானந்தோ³ கோ³விந்தோ³ கோ³விதா³ம்பதி:// 33

மரீசிர்த³மனோ ஹம்'ஸ: ஸுபர்ணோ பு⁴ஜகோ³த்தம:/
ஹிரண்யனாப⁴: ஸுதபா: பத்³மனாப⁴: ப்ரஜாபதி:// 34

அம்ரு'த்யு: ஸர்வத்³ரு'க்ஸிம்'ஹ: ஸந்தா⁴தா ஸந்தி⁴⁴மான்ஸ்தி²ர:/
அஜோ து³ர்மர்ஷண: ஸாஸ்தா விஸ்ருதாத்மா ஸுராரிஹா// 35

கு³ருர்க³ருதமோ தா⁴ம ஸத்ய: ஸத்யபராக்ரம:/
நிமிஷோ(அ)னிமிஷ: ஸ்ரக்³வீ வாசஸ்பதிருதா³ரதீ⁴:// 36

அக்³ரணீர்க்³ராமணீ: ஸ்ரீமான்ந்யாயோ நேதா ஸமீரண:/
ஸஹஸ்ரமூர்தா⁴ விஸ்வாத்மா ஸஹஸ்ராக்ஷ: ஸஹஸ்ரபாத்// 37

ஆவர்தனோ நிவ்ரு'த்தாத்மா ஸம்'வ்ரு'த: ஸம்ப்ரமர்த³ன:/
அஹ: ஸம்'வர்தகோ வஹ்னிரனிலோ த⁴ரணீத⁴ர:// 38

ஸுப்ரஸாத³: ப்ரஸன்னாத்மா விஸ்வத்³ரு'க்'விஸ்வபு⁴க்'விபு⁴:/
ஸத்கர்தா ஸத்க்ரு'தி: ஸாது⁴ர்ஜஹ்னுர்னாராயணோ நர:// 39

அஸங்க்யேயோப்ரமேயாத்மா விஶிஷ்ட: ஶிஷ்டக்ரு'ச்சு²சி:।
ஸித்தா⁴ர்த²: ஸித்த⁴ஸங்கல்ப: ஸித்³தி⁴த³: ஸித்³தி⁴ஸாத⁴ன:॥ 40

வ்ரு'ஷாஹிர்வ்ரு'ஷபோ⁴ விஷ்ணுர்வ்ரு'ஷபர்வா வ்ரு'ஷோத³ர:।
வர்த⁴னோ வர்த⁴மானஶ்ச விவிக்த: ஸ்ருதிஸாக³ர:॥ 41

ஸுபு⁴ஜோ து³ர்த⁴ரோ வாக்மீ மஹேந்த்³ரோ வஸுதோ³ வஸு:।
நைகரூபோ ப்³ரு'ஹத்³ரூப: ஶிபிவிஷ்ட: ப்ரகாஶன:॥ 42

ஓஜஸ்தேஜோத்³யுதித⁴ர: ப்ரகாஶாத்மா ப்ரதாபன:।
ரு'த்³த⁴: ஸ்ப்ரு'ஷ்டாக்ஷிரோ மந்த்ரஶ்சந்த்³ராம்'ஶுர்பா⁴ஸ்கரத்³யுதி:॥
43

அம்ரு'தாம்'ஶூத்³ப⁴வோ பா⁴நு: ஶஶபி³ந்து³: ஸுரேஶ்வர:।
ஒளஷத⁴ம்' ஜக³த: ஸேது: ஸத்யத⁴ர்மபராக்ரம:॥ 44

பூ⁴தப⁴வ்யப⁴வன்னாத²: பவன: பாவனோ(அ)னல:।
காமஹா காமக்ரு'த்காந்த: காம: காமப்ரத³: ப்ரபு⁴:॥ 45

யுகா³தி³க்ரு'த்³யுகா³வர்தோ நைகமாயோ மஹாஶன:।
அத்³ரு'ஶ்யோ வ்யக்தரூபஶ்ச ஸஹஸ்ரஜித³னந்தஜித்॥ 46

இஷ்டோ விஶிஷ்ட: ஶிஷ்டேஷ்ட ஶிக²ண்டீ³ நஹுஷோ வ்ரு'ஷ:।
க்ரோத⁴ஹா க்ரோத⁴க்ரு'த்கர்தா விஶ்வபா³ஹுர்மஹீத⁴ர:॥ 47

அச்யுத: ப்ரதித²: ப்ராண: ப்ராணதோ³ வாஸவானுஜ:।
அபாம்'நிதி⁴ர்ததி⁴ஷ்டானமப்ரமத்த: ப்ரதிஷ்டி²த:॥ 48

ஸ்கந்த³: ஸ்கந்தத⁴⁴ரோ து⁴ர்யோ வரதோ³ வாயுவாஹன:।
வாஸுதே³வோ ப்³ரு'ஹத்³பா⁴னுராதி³தே³வ: புரந்த³ர:॥ 49

அஶோகஸ்தாரணஸ்தார: ஶூர: ஶௌரிர்ஜனேஶ்வர:।
அனுகூல: ஶதாவர்த: பத்³மீ பத்³மனிபே⁴க்ஷண:॥ 50

பத்³மனாபோ(அ) ரவிந்தா³க்ஷ: பத்³மகர்ப⁴: ஶரீரப்⁴ரு'த்।
மஹர்த்தி⁴ர்ரு'த்தோ⁴ வ்ரு'த்³தா⁴த்மா மஹாக்ஷோ க³ருட³த்⁴வக்ஷ:॥
51

அதுல: ஶரபோ⁴ பீ⁴ம: ஸமயஜ்ஞோ ஹவிர்ஹரி:।
ஸர்வலக்ஷணலக்ஷண்யோ லக்ஷ்மீவான்ஸமிதிஞ்ஜய:॥ 52

விக்ஷரோ ரோஹிதோ மார்கோ³ ஹேதுர்தா³மோத³ர: ஸஹ:।
மஹீத⁴ரோ மஹாபா⁴கோ³ வேக³வானமிதாஶன:॥ 53

உத்ப⁴வ: க்ஷோப⁴ணோ தே³வ: ஸ்ரீகர்ப⁴: பரமேஸ்வர:/
கரணம்' காரணம்' கர்தா விகர்தா க³ஹனோ கு³ஹ:// 54

வ்யவஸாயோ வ்யவஸ்தா²ந: ஸம்'ஸ்தா²ந: ஸ்தா²நதோ³ த்⁴ருவ:/
பரர்த்³தி⁴: பரமஸ்பஷ்டஸ்துஷ்ட: புஷ்ட: ஸௌபே⁴க்ஷண:// 55

ராமோ விராமோ விரஜோ மார்கோ³ நேயோ நயோ(அ)நய:/
வீர: ஸக்திமதாம்'ஸ்ரேஷ்டோ² த⁴ர்மோ த⁴ர்மவிது³த்தம:// 56

வைகுண்ட:² புருஷ: ப்ராண: ப்ராணத:³ ப்ரணவ: ப்ரு'து:²/
ஹிரண்யகர்ப⁴: ஸத்ருக்⁴நோ வ்யாப்தோ வாயுரதோ⁴க்ஷஜ:// 57

ரு'து: ஸுத³ர்ஸன: கால: பரமேஷ்டீ² பரிக்³ரஹ:/
உக்³ர: ஸம்'வத்ஸரோ த³க்ஷோ விஸ்ராமோ விஸ்வத³க்ஷிண:// 58

விஸ்தார: ஸ்தா²வர: ஸ்தா²ணு: ப்ரமாணம்' பீஜமவ்யயம்/
அர்தோ(அ)³ னர்தோ² மஹாகோஸோ மஹாபோ⁴கோ³ மஹாத⁴ன:// 59

அனிர்விண்ண: ஸ்த²விஷ்டோ² பூ⁴ர்த⁴ர்மயூபோ மஹாமக:²/
நக்ஷத்ரநேமிர்னக்ஷத்ரீ க்ஷம: க்ஷாம: ஸமீஹன:// 60

யஜ்ஞ இஜ்யோ மஹேஜ்யஸ்ச க்ரது: ஸத்ரம்' ஸதாங்க³தி:/
ஸர்வத³ர்ஸீ வழுக்தாத்மா ஸர்வஜ்ஞோ ஜ்ஞானமுத்தமம்/ 61

ஸுவ்ரத: ஸுமுக:² ஸுக்ஷ்ம: ஸுகோ⁴ஷ: ஸுக³த:² ஸுஹ்ரு'த்/
மனோஹரோ ஜிதக்ரோதோ⁴ வீரபா³ஹூர்விதா³ரண:// 62

ஸ்வாபன: ஸ்வவஸோ வ்யாபீ நைகாத்மா நைககர்மக்ரு'த்/
வத்ஸரோ வத்ஸலோ வத்ஸீ ரத்னகர்போ⁴ த⁴னேஸ்வர:// 63

த⁴ர்மகு³ப்³த⁴ர்மக்ரு³த்³த⁴ர்மீ ஸத³ஸத்க்ஷரமக்ஷரம்/
அவிஜ்ஞாதா ஸஹஸ்ராம்'ஸுர்விதா⁴தா க்ரு'தலக்ஷண:// 64

கப்³ஸ்தினேமி: ஸத்வஸ்த:² ஸிம்'ஹோ பூ⁴தமஹேஸ்வர:/
ஆதி³தே³வோ மஹாதே³வோ தே³வேஸோ தே³வப்⁴ரு'த்³கு³ரு:// 65

உத்தரோ கோ³பதிர்கோ³ப்தா ஜ்ஞானகம்ய: புராதன:/
ஸரீரீ பூ⁴தப்⁴ரு'த்³போ⁴க்தா கபீந்த்³ரோ பூ⁴ரித³க்ஷிண:// 66

ஸோமபோ(அ)ம்ரு'தப: ஸோம: புருஜித்புருஸத்தம:/
வினயோஜ்ய: ஸத்யஸந்தோ⁴ தா³ஸார்ஹ: ஸாத்வதாம்பதி:// 67

ஜீவோ வினயிதா ஸாக்ஷீ முகுந்தோ(அ) மிதவிக்ரம:l
அம்போ⁴நிதி⁴ரனந்தாத்மா மஹோத³தி⁴ஸூயோ(அ)ந்தக:ll 68

அஜோ மஹார்ஹ: ஸ்வபா⁴வ்யோ ஜிதாமித்ர: ப்ரமோத³ன:l
ஆனந்தோ³ நந்த³னோ நந்த³: ஸத்யத⁴ர்மா த்ரிவிக்ரம:ll 69

மஹர்ஷி: கபிலாசார்ய க்ரு'தஜ்ஞோ மேதிநீபதி:l
த்ரிபத³ஸ்த்ரித³ஸா⁴யகேஷா மஹாஸ்ரு'ங்க:' க்ரு'தாந்தக்ரு'த்ll 70

மஹாவராஹோ கோ³விந்த³: ஸுஷேண: கனகாங்க³தீ³l
கு³ஹ்யோ க³பீ⁴ரோ க³ஹனோ கு³ப்தஸ்சக்ரக³தா³த⁴ர:ll 71

வேதா⁴: ஸ்வாங்கோ(அ)ஜித: க்ரு'ஷ்ணோ த்³ரு'ட⁴:
ஸங்கர்ஷணோச்யுத:l
வருணோ வாருணோ வ்ரு'க்ஷ: புஷ்கராக்ஷோ மஹாமனா:ll 72

ப⁴க³வான்ப⁴க³ஹா நந்தீ³ வனமாலீ ஹலாயுத⁴:l
ஆதி³த்யோ ஜ்யோதிராதி³த்ய: ஸஹிஷ்ணுர்க³திஸத்தம:ll 73

ஸுத⁴ன்வா க²ண்டபரஸூர்தா³ருணோ த்³ரவிணப்ரத:l
தி³வஸ்ப்ரு'க்ஸர்வத்³ரு'க்வ்யாஸோ வாசஸ்பதிரயோனிஜ:ll 74

த்ரிஸாமா ஸாமக:' ஸாம நிர்வாணம்' பே⁴ஷஜம்' பி⁴ஷக்l
ஸம்'ந்யாஸக்ரு'ச்சம: ஸாந்தோ நிஷ்டா² ஸாந்தி: பராயணம்ll 75

ஸூபா⁴ங்க:' ஸாந்தித³: ஸ்ரஷ்டா குமுத³: குவலேஸய:l
கோ³ஹிதோ கோ³பதிர்கோ³ப்தா வ்ரு'ஷபா⁴க்ஷோ வ்ரு'ஷப்ரிய:ll 76

அனிவர்தீ நிவ்ரு'த்தாத்மா ஸங்க்ஷேப்தா க்ஷேமக்ரு'ச்சிவ:l
ஸ்ரீவத்ஸவக்ஷா: ஸ்ரீவாஸ: ஸ்ரீபதி: ஸ்ரீமதாம்'வர:ll 77

ஸ்ரீத³: ஸ்ரீஸ: ஸ்ரீனிவாஸ: ஸ்ரீனிதி⁴: ஸ்ரீவிபா⁴வன:l
ஸ்ரீத⁴ர: ஸ்ரீகர: ஸ்ரேய: ஸ்ரீமால்லோகத்ரயாஸ்ரய:ll 78

ஸ்வக்ஷ: ஸ்வங்க:' ஸதானந்தோ³ நந்திர்ஜ்யோதிர்க³ணேஸ்வர:l
விஜிதாத்மா விதே⁴யாத்மா ஸத்கீர்திஸ்சின்னஸம்'ஸய:ll 79

உதீ³ர்ண: ஸர்வதஸ்சக்ஷுரனீஸ: ஸாஸ்வத: ஸ்திர:l
பூ⁴ர்யோ பூ⁴ஷணோ பூ⁴திர்விஸோக: ஸோகனாஸன:ll 80

அர்சிஷ்மானர்சித: கும்போ⁴ விஸுத்³தா⁴த்மா விஸோத⁴ன:l
அனிருத்³தோ⁴(அ) ப்ரதிரத: ப்ரத்³யும்னோ(அ)மிதவிக்ரம:ll 81

காலநேமினிஹா வீர: ஸௌரி: ஸூரஜநேஸ்வர:/
த்ரிலோகாத்மா த்ரிலோகேஸ: கேஸவ: கேஸிஹா ஹரி:// 82

காமதே³வ: காமபால: காமீ காந்த: க்ரு'தாகம:/
அனிர்தே³ஸ்யவபுர்விஷ்ணுர்வீரோ(அ) னந்தோ த⁴னஞ்ஜய:// 83

ப்³ரஹ்மண்யோ ப்³ரஹ்மக்ரு'த்ப்³ரஹ்மா ப்³ரஹ்ம
ப்³ரஹ்மவிவர்த⁴ன:/
ப்³ரஹ்மவித்ப்³ராஹ்மணோ ப்³ரஹ்மீ ப்³ரஹ்மஜ்ஞோ
ப்³ராஹ்மணப்ரிய:// 84

மஹாக்ரமோ மஹாகர்மா மஹாதேஜா மஹோரக:/
மஹாக்ரதுர்மஹாயஜ்வா மஹாயஜ்ஞோ மஹாஹவி:// 85

ஸ்தவ்ய: ஸ்தவப்ரிய: ஸ்தோத்ரம்' ஸ்துதி:ஸ்தோதா ரணப்ரிய:/
பூர்ண: பூரயிதா புண்ய: புண்யகீர்திரனாமய:// 86

மனோஜவஸ்தீர்த²கரோ வஸுரேதா வஸுப்ரத:/
வஸுப்ரதோ³ வாஸுதே³வோ வஸுர்வஸுமனா ஹவி:// 87

ஸத்³க³தி: ஸத்க்ரு'தி: ஸத்தா ஸத்பூ⁴தி: ஸத்பராயண:/
ஸூரஸேனோ யது³ஸ்ரேஷ்ட: ஸன்னிவாஸ: ஸுயாமுன:// 88

பூ⁴தாவாஸோ வாஸுதே³வ: ஸர்வாஸுனிலயோ(அ)னல:/
த³ர்பஹா த³ர்பஹோ த்³ரு'ப்தோ துர்த⁴ரோ(அ)த்³தா⁴(அ)பராஜித://
89

விஸ்வமூர்திர்மஹாமூர்திர்தீ³ப்தமூர்திரமூர்திமான்/
அனேகமூர்திரவ்யக்த: ஸதமூர்தி: ஸதானந:// 90

ஏகோ நைக: ஸவ: க: கிம்' யத்தத்பத³மனுத்தமம்/
லோகப³ந்து⁴ர்லோகனாதோ² மாத⁴வோ ப⁴க்தவத்ஸல:// 91

ஸுவர்ணவர்ணோ ஹேமாங்கோ³ வராங்க³ஸ்சந்த³னாங்க³தீ³/
வீரஹா விஷம: ஸூன்யோ க்⁴ரு'தாஸீரசலஸ்சல:// 92

அமானீ மானதோ³ மான்யோ லோகஸ்வாமீ த்ரிலோகத்⁴ரு'த்/
ஸுமேதா⁴ மேக⁴ஜோ த⁴ன்ய: ஸத்யமேதா⁴ த⁴ராத⁴ர:// 93

தேஜோ வ்ரு'ஷோ த்³யுதித⁴ர: ஸர்வாஸ்த்ரப்⁴ரு'தாம்'வர:/
ப்ரக்³ரஹோ நிக்³ரஹோ வ்யக்³ரோ நைகஸ்ரு'ங்கோ³ க³தா³க்³ரஜ://
94

சதுர்மூர்திஸ்சதுர்பா³ஹுஸ்சதுர்வ்யூஹஸ்சதுர்க³தி: ।
சதுராத்மா சதுர்பா⁴வஸ்சதுர்வத³விதே³கபாத் ॥ 95

ஸமாவர்தோ நிவ்ரு²த்தாத்மா து³ர்ஜயோ து³ரதிக்ரம: ।
து³ர்லபோ⁴ து³ர்க³மோ து³ர்கோ³ து³ராவாஸோ து³ராரிஹா ॥ 96

ரூபா⁴ங்கோ³ லோகஸாரங்க³: ஸூதந்துஸ்தந்துவர்த⁴ன: ।
இந்த்³ரகர்மா மஹாகர்மா க்ரு²தகர்மா க்ரு²தாக³ம: ॥ 97

உத்³ப⁴வ: ஸுந்த³ர: ஸுந்தோ³ ரத்னநாப⁴: ஸுலோசன: ।
அர்கோ வாஜஸன: ஸ்ரு²ங்கீ³ ஜயந்த: ஸர்வவிஜ்ஜயீ ॥ 98

ஸுவர்ணபி³ந்து³ரகே²ஷோப⁴ய: ஸர்வவாகீ³ஸ்வரேஸ்வர: ।
மஹாஹ்ரதோ³ மஹாகர்தோ³ மஹாபூ⁴தோ மஹானிதி⁴: ॥ 99

குமுத: குந்த³ர: குந்த³: பர்ஜன்ய: பவனோ(அ) நில: ।
அம்ரு²தாம்போ(அ)ம்ரு²தவபு: ஸர்வஜ்ஞ: ஸர்வதோமுக²: ॥ 100

ஸுலப⁴: ஸுவ்ரத: ஸித்³த⁴: ஸத்ருஜிச்ச²த்ருதாபன: ।
ந்யக்³ரோதோ⁴து³ம்ப³ரோஸ்வத்த²ஸ்சாபூராந்த்⁴ரனிஷூத³ன: ॥ 101

ஸஹஸ்ரார்சி: ஸப்தஜிஹ்வ: ஸப்தைதா⁴: ஸப்தவாஹன: ।
அமூர்த்திரனகோ⁴(அ) சிந்த்யோ ப⁴யக்ரு²த்³ப⁴யனாஸன: ॥ 102

அணூர்ப்³ரு²ஹத்க்ரு²ஶ: ஸ்தூ²லோ கு³ணப்⁴ரு²ன்னர்கு³ணோ மஹான் ।
அத்⁴ரு²த: ஸ்வத்⁴ரு²த: ஸ்வாஸ்த்⁴ய: ப்ராக்³வம்ஸோ
வம்ஸவர்த⁴ன: ॥ 103

பா⁴ரப்⁴ரு²த்கதி²தோ யோகீ³ யோகீ³ஸ: ஸர்வகாமத³: ।
ஆஸ்ரம: ஸ்ரமண: க்ஷாம: ஸுபர்ணோ வாயுவாஹன: ॥ 104

த⁴னுர்த⁴ரோ த⁴னுர்வேதோ³ த³ண்டோ³ த³மயிதா த³ம: ।
அபராஜித: ஸர்வஸஹோ நியந்தா நியமோ யம: ॥ 105

ஸத்வவான்ஸாத்விக: ஸத்ய: ஸத்யத⁴ர்மபராயண: ।
அபி⁴ப்ராய: ப்ரியார்ஹோ(அ)ர்ஹ:ரு² ப்ரியக்ரு²த்³ப்ரீதிவர்த⁴ன: ॥ 106

விஹாயஸகதி³ர்ஜ்யோதி: ஸுருசிர்ஹுதபு⁴க்³விபு⁴: ।
ரவிர்விரோசன: ஸூர்ய: ஸவிதா ரவிலோசன: ॥ 107

அந்தோ ஹுதபு⁴க்³போ⁴க்தா ஸுக³தோ³ நைகதோ³(அ) க்³ரஜ: ।
அனிர்விண்ண: ஸதா³மர்ஷீ லோகாதி⁴ஷ்டா³நமத்³பு⁴த: ॥ 108

ஸனாத்ஸனாதனதம: கபில: கபிரப்யய:/
ஸ்வஸ்தித³: ஸ்வஸ்திக்ரு'த்ஸ்வஸ்தி ஸ்வஸ்திபு⁴க்
ஸ்வஸ்தித³க்ஷிண:// 109

அரௌத்³ர: குண்ட³லீ சக்ரீ விக்ரம்யூர்ஜிதஶாஸன:/
ஶப்³தா³திக³: ஶப்³த³ஸஹ: ஶிஶிர: ஶர்வரீகர:// 110

அக்ரூர: பேஶலோ த³க்ஷோ த³க்ஷிண: க்ஷமிணாம்'வர:/
வித்³வத்தமோ வீதப⁴ய: புண்யஶ்ரவணகீர்தன:// 111

உத்தாரணோ து³ஷ்க்ரு'திஹா புண்யோ து:க²ப்னநாஶன:/
வீரஹா ரக்ஷண: ஸந்தோ ஜீவன: பர்யவஸ்தி²த:// 112

அனந்தருபோ(அ) னந்தஶ்ரீர்ஜிதமன்யுர்ப⁴யாபஹ:/
சதுரஸ்ரோ க³பீ⁴ராத்மா விதி³ஶோ வ்யாதி³ஶோ தி³ஶ:// 113

அனாதி³ர்பூ⁴ர்பு⁴வோ லக்ஷ்மீ: ஸுவீரோ ருசிராங்க³த³:/
ஜனனோ ஜனஜன்மாதி³ர்பீ⁴மோ பீ⁴மபராக்ரம:// 114

ஆதா⁴ரனிலயோ தா⁴தா புஷ்பஹாஸ: ப்ரஜாக³ர:/
ஊர்த்⁴வக³: ஸத்பதா²சார: ப்ராணத³: ப்ரணவ: பண:// 115

ப்ரமாணம்' ப்ராணனிலய: ப்ராணப்⁴ரு'த்ப்ராணஜீவன:/
தத்த்வம்' தத்த்வவிதே³காத்மா ஜன்மம்ரு'த்யுஜராதிக³:// 116

பூ⁴ர்பு⁴வ:ஸ்வஸ்தருஸ்தார: ஸவிதா ப்ரபிதாமஹ:/
யஜ்ஞோ யஜ்ஞபதிர்யஜ்வா யஜ்ஞாங்கோ³ யஜ்ஞவாஹன:// 117

யஜ்ஞப்⁴ரு'த்³யஜ்ஞக்ரு'த்³யஜ்ஞீ யஜ்ஞபு⁴க்³யஜ்ஞஸாத⁴ன:/
யஜ்ஞாந்தக்ரு'த்³யஜ்ஞகு³ஹ்யமன்னமன்னாத³ ஏவ ச// 118

ஆத்மயோனி: ஸ்வயஞ்ஜாதோ வைகா²ந: ஸாமகா³யன:/
தே³வகீனந்த³ன: ஸ்ரஷ்டா க்ஷிதீஶ: பாபனாஶன:// 119

ஶங்க²ப்⁴ரு'ன்னந்த³கீ சக்ரீ ஶார்ங்க³த⁴ன்வா க³தா³த⁴ர:/
ரதா²ங்க³பாணிரக்ஷோப்⁴ய: ஸர்வப்ரஹரணாயுத⁴:/
ஸர்வப்ரஹாரணாயுத⁴ ஓம்'நம இதி// 120

பொருள்

ஓம்!

எங்கும் நிறைந்தவன், முற்றும் மறைப்பவன், தன்வசப்படுத்துபவன், காலத்தலைவன், முற்றும்படைத்தவன், முற்றுமழிப்பவன், முற்றும்நிலைநிறுத்துபவன், அனைத்தான்மா, யாவுந்தோற்றுவித்தவன் (1–9). 14

தூயான்மா, பரமாத்மா, முக்தர்உயர்கதி, மாற்றமற்றவன், உறைக்குள்ளுறைந்தவன், சான்றாளன், உடலுறையறிந்தவன், அழிவற்றவன். (10–17). 15

யோகன், யோகியர்த்தலைவன், பிரகிருதி, ஜீவத்தலைவன், சிங்கத்தலையன், சிறப்பானவன், எழில்மயிரோன், முதன்மையானவன் (18–24). 16

யாவுமானவன், யாவுமழிப்பவன், முக்குணங்கடந்த தூயன், அசைவற்றவன், தொடக்கம், வற்றாச்செல்வந்தன், மாற்றமில்லாதவன், விருப்பில்பிறப்பவன், யாவுங்கனியன், யாவுந்தாங்குபவன், மூலன், கட்டறுந்தலைவன் (25–37). 17

தானேதோன்றியவன், மகிழ்ச்சியளிப்பவன், தலைமை மேதை, தாமரைக்கண்ணன், பேரொலியன், தொடக்கமும் முடிவுமற்றவன், அண்டந்தாங்குபவன், யாவும்விதிப்பவன், செங்கனிமம் (38–46). 18

அளவற்றவன், புலன்களின் தலைவன், உந்தித்தாமரை கொண்டவன், தேவர்த்தலைவன், அண்டத்தச்சன், மந்திரன், யாவையுங்குறைப்பவன், மிகப்பெரியவன், புராதனன், நிலைப்பவன். (47–56). 19

சிந்தைக்கெட்டாதவன், நித்தியன், கிருஷ்ணன், செங்கண்ணன், யாவையுங்கொல்பவன், யாவிலும்பெரியவன், முப்பகுதிவாசன், தூய்மையாளன், மங்கலம்நிறைந்துயர்ந்தவன் (57–64). 20

யாவுந்தூண்டுபவன், உயிர்மூச்சை உண்டாக்குபவன், வாழச்செய்பவன், மூத்தவன், உயிரினத்தலைவன், பொன்வயிற்றோன், நிலவயிற்றோன், செல்வத்தலைவன், மதுவைக்கொன்றவன் (65–73). 21

எல்லாம்வல்லவன், பேராற்றல் கொண்டவன், விற்தரித்தவன், பேரறிவாளன், கருடவாகனதாரி, தகுந்தவன், ஒப்பற்றவன், குழப்பமற்றவன், தகுந்தனவறிந்தவன், செயலானவன், தன்னையேசார்ந்தவன் (74–84). 22

தேவர்த்தலைவன், புகலிடமானவன், பேரின்பவடிவானன், அண்டவித்தானவன், யாவும்படைத்தானவன், பகலானவன், ஆண்டானவன், பாம்பானவன், தீர்ப்பானவன், யாவுங்காண்பானவன் (85–94). 23

பிறப்பற்றவன், அனைத்தின்தலைவன், வெற்றியடைந்தவன், வெற்றியேயானவன், அனைத்தின் தொடக்கமானவன், சிதைவைக்கடந்தவன், அறமானவன், அளவற்ற ஆன்மா, யோகம்யாவுங்கடந்தவன் (95–103). 24

வசு, தாராளமனத்தினன், வாய்மையாளன், தன்னை வழிபடுபவர்களால் அளக்கப்படுபவன், ஒர்மையாளன், சமமானவன், விருப்பங்கள்யாவும் அருள்பவன், தாமரைக்கண்ணன், அறச் செயல்களைச் செய்பவன், அறவடிவம் (104–113). 25

துன்பமழிப்பவன், பல தலையன், அண்டந்தாங்குபவன், அண்டப்பிறப்பிடம், தூயபுகழ், அழிவற்றவன், நித்யமாக நிலைத்திருப்பவன், சிறந்த செயல்களைச் செய்பவர்களுக்கு எழுச்சி தருபவன், தவங்களின் அறிவைக் கொண்டவன் (114–122). 26

எங்கும் செல்பவன், அனைத்துமறிந்தவன், மாற்றமற்ற ஒளி, எங்கும் துருப்பு கொண்டவன், அனைவராலும் விரும்பப்படுபவன், வேதமானவன், வேதங்களையறிந்தவன், வேதங்களின் அங்கங்களையறிந்தவன், வேதங்களின் அங்கமானவன், வேத விளக்கங்களைத் தீர்மானிப்பவன், ஞானத்தில் தனக்கு மேம்பட்ட எவனும் இல்லாதவன் (123–133). 27

உலகாள்பவன், தேவர்களையாள்பவன், அறமறமாள்பவன், காரணகாரியன், நாலாத்மன், நால்வடிவன், நாற்கொம்பன், நாற்கரத்தோன் (134–141). 28

ஒளிச்சுடரானவன், உணவுக்கொடையாளி, நல்லோரைப் பேணிவளர்ப்பவன், தீயோரைப் பொறுத்துக் கொள்ளாதவன், அண்டதிற்குமுன்தோன்றியவன், எப்போதும் வெற்றியாளன், தேவர்களையே வெற்றி கொள்பவன், அண்டத்தின்

பொருட்காரணன், பொருட் காரணங்களில் மீண்டும் மீண்டும் வசிப்பவன் (142–150). 29

இந்திரனின் தம்பி, குள்ளன், நெடியன், பேரண்ட வடிவன், பயனற்றவை செய்யாதவன், தூய்மை செய்பவன், புகழ்வாய்ந்த சக்தியும் பலமும் கொண்டவன், இந்திரனைக் கடந்தவன், அனைவரையும் ஏற்பவன், படைப்பானவன், ஒரே வடிவன், நிறுவுனன், யமன் (151–162). 30

அறியத்தகுந்தவன், மருத்துவன், எப்போதும் யோகத்தில் ஈடுபடுபவன், பேரசுரர்களைக் கொல்பவன், லக்ஷ்மியின் தலைவன், தேனவன், புலன்களைக் கடந்தவன், பெரும் மாயன், பேராற்றல் கொண்டோன், பெரும்பலத்தோன் (163–172). 31

பெரும்புத்திமான், பெரும்வலிமை கொண்டவன், பெருஞ்சக்திமான், பேரொளியால் அண்டங்காண்பவன், கண்களுக்குப் புலப்படாத உடலைக் கொண்டவன், முற்றழகன், புலப்படா ஆத்மா, பெருஞ்சுமை சுமப்பவன் (173–180). 32

தடைகளைத் துளைப்பவன், பூமியை உயர்த்தியவன், லட்சுமிக்குள் வசிப்பவன், அறவோரின் புகலிடம், வெல்லப்பட முடியாதவன், தேவர்களை மகிழ்ச்சியடையச் செய்பவன், பூமியை மீட்டவன், துன்பங்களையும் போக்குபவன் (181–188). 33

ஒளி நிறைந்தவன், துன்பங்களை அடக்குபவன், தன்மையானவன், இறகு படைத்த ஆகாயவாசிகளின் இளரவசன், பாம்புகளில் முதன்மையானவவன், பொன்னுந்தியைக் கொண்டவன், கடுந்தவங்களைப் பயின்றவன், தாமரைக்கு ஒப்பான உந்தியைக் கொண்டவன், உயிரினங்களின் தலைவன் (189–197). 34

மரணத்தை விலக்குபவன், கருணைக் கண்ணன், அமுதால் நனைப்பவன், விதியாக இருப்பவன், இன்புறவும், பொறுக்கவும் செய்பவன், ஒரே வடிவில் இருப்பவன், எப்போதும் இயங்குபவன், தாங்கிக் கொள்ளப்பட முடியாதவன், தீயோரைத் தண்டிபவன், உண்மை ஞானாத்மா, தேவர்களின் பகைவர்களை அழிப்பவன் (198–208) 35

கற்பிப்பவன், பிரம்மனுக்குக் கற்பிப்பவன், இடமாகவோ இருப்பவன், நல்லவர்களுக்கு நன்மை செய்பவன், கலங்கடிக்கப்பட முடியா ஆற்றலைக் கொண்டவன், சாத்திரங்களினால் அனுமதிக்கப்படாத செயல்களில் தன் கண்களை ஒருபோதும் செலுத்தாதவன், சாத்திரங்களால் அனுமதிக்கப்பட்ட செயல்களில்

தன் கண்களைச் செலுத்துபவன், மங்காத வெற்றி மாலையைச் சூடுபவன், வாக்கின் தலைவன், தயாளன் (209–218). 36

வழிநடத்துபவன், அனைத்து உயிரினங்களின் தலைவன், வேதங்களையே வார்த்தைகளாகக் கொண்டவன், வேதங்களை மீட்டவன், அண்டத்தை இயக்குபவன், வாயுவானவன், ஆயிரந்தலையன், நீக்கமற நிறைந்திருக்கும் ஆத்மா, ஆயிரங்கண்ணன் (219–226). 37

ஆயிரங்காலன், சுழற்றுபவன், ஆசைகடந்தவன், மறைந்திருப்பவன், விலகியவர்களைக் கலங்கடிப்பவன், காலனையே அழிப்பவன், தொடக்கமில்லாதவன், ஆகுதிகளைக் கொண்டு சேர்ப்பவன், பூமியைத் தாங்கிப் பிடிப்பவன் (227–235). 38

மகிழ்ச்சியை அளித்துப் பேரருள் புரிபவன், தூய நிலையில் இருப்பவன், அண்டத்தை ஆதரிப்பவன், அண்டத்திற்கு உணவளிப்பவன், எல்லையில்லா பலத்தை வெளிப்படுத்துபவன், நல்லோரைக் கௌரவிப்பவன், அழகிய செயல்களைக் கொண்டவன், நன்மை செய்பவன், அனைத்தையும் ஈர்த்துக் கொள்பவன், அறியாமையை அழிப்பவன் (236–246). 39

வேறுபாடுகளைக் களைந்தவன், உள்ளும்புறமும் நிறைந்தவன், அறவோரைப் பேணி வளர்ப்பவன், அனைத்தையும் தூய்மையாக்குபவன், நிறைவடையச்செய்பவன், நிறைவடைந்தவன், வெற்றியாளன், வெற்றியை அளிப்பவன் (247–256). 40

புனிதநாட்களின் தலைவன், அனைத்தையும் பொழிபவன், அண்டம் முழுவதும் நடப்பவன், அறப்படிநிலைகள் அளிப்பவன், வயிற்றில் அறத்தைக் கொண்டவன், யாவும்பெருக்குபவன், தன்னைப் பெருக்கிக் கொள்பவன், தனித்து இருப்பவன், ஸ்ருதிகளெனும் பெருங்கடலானவன் (257–264). 41

நற்கரத்தான், சுமக்கப்பட முடியாதவன், ஒலியானவன், அண்டத்தலைவர்கள் அனைவரின் தலைவன், செல்வத்தைக் கொடுப்பவன், தன் பலத்தில் தானே வசிப்பவன், பல்வேறு வடிவங்களைக் கொண்டவன், பெரும் வடிவம் படைத்தவன், விலங்குகள் அனைத்திலும் வேள்வியின் வடிவில் வசிப்பவன், அனைத்துப் பொருளும் வெளிப்படும் காரணன் (265–274). 42

பெரும் வலிமை, சக்தி மற்றும் காந்தியுடன் கூடியவன், காணத்தக்க வடிவங்களில் தன்னை வெளிப்படுத்திக் கொள்பவன், எரியும் சக்தியால் எரிப்பவன், ஆறு குணங்களின் வளம்

கொண்டவன், பிரம்மனுக்கு வேதங்களைச் சொன்னவன், வேத வடிவானவன், சந்திரனைப் போலக் குளிர்விப்பவன், சூரியனைப்போல ஒளிர்பவன் (275–282). 43

சந்திரனின் பிறப்பிடம், தன்னொளியில் சுடர்விடுபவன், உயிரினங்களுக்கும் உணவு ஊட்டுபவன், தேவர்களில் திறம் பெற்றவன், பெரும் மருந்தானவன், அண்டத்தின் பெரும் பாலமானவன், வீண்போகாத அற ஆற்றல்கொண்டவன் (283–289). 44

எப்போதும் வேண்டப்படுபவன், மீட்பவன், புனிதப்படுத்துபவன், ஆன்மாவில் உயிர் மூச்சைக் கலக்கச் செய்பவன், காமனைத் தடுப்பவன், காமனின் தந்தை, இனிமையானவன், விரும்பப்படுபவன், அனைத்து விருப்பங்களும் கனியும் நிலையை அருள்பவன், அனைத்துச் செயல்களையும் நிறைவேற்றும் திறன் கொண்டவன் (290–299). 45

யுகங்களைத் தொடங்கச் செய்பவன், யுகச் சக்கரத்தைச் சுழலச் செய்பவன், பல்வேறு வகை மாயைகளுடன் கூடியவன், உண்பவர்களில் பெரியவன், பிடிபட இயலாதவன், மிகப்பெரிய வடிவத்தில் வெளிப்படுபவன், ஆயிரம் பகைவர்களை அடக்கியவன், எண்ணற்ற பகைவர்களை அடக்கியவன் (300–308). 46

விரும்பித் துதிக்கப்படுபவன், மேலான புகழ்பெற்றவன், ஞானிகள் மற்றும் அறவோரால் விரும்பப்படுபவன், மயில் இறகுகளுடன் கூடிய ஆபரணத்தைக் கொண்டவன், அனைத்து உயிரினங்களையும் தன் மாயையால் கலங்கடிப்பவன், அருளைப் பொழிபவன், அறவோரின் கோபத்தைக் கொல்பவன், அறமற்றவர்களைக் கோபத்தால் நிறைப்பவன், அனைத்தையும் நிறைவேற்றுபவன், அண்டத்தையே தன் கரங்களில் தாங்குபவன், பூமியை நிலைநிறுத்துபவன் (309–318). 47

ஆறு மாறுபாடுகளைக் கடந்தவன், பெரும் புகழைக் கொண்டவன், அனைத்தையும் வாழச் செய்பவன், உயிரைக் கொடுப்பவன், வாசவனின் தம்பி, நீர்நிலைகள் அனைத்தின் கொள்ளிடம், அனைத்து உயிரினங்களையும் மறைப்பவன், எப்போதும் விழிப்புடன் இருப்பவன், மகிமையில் நிறுவப்பட்டவன் (319–327). 48

அனைத்தையும் வற்றச் செய்பவன், அறப்பாதையை நிலைநிறுத்துபவன், சுமையைச் சுமப்பவன், வரங்களைக் கொடுப்பவன், காற்றை வாகனமாகக் கொண்டவன், வசுதேவரின்

மகன், இயல்புக்குமீறி ஒளிர்பவன், தேவர்கள் தோன்றக் காரணமானாவன், பகைவரின் நகரங்களைத் துளைப்பவன் (328–336). 49

கவலைகளைக் கடந்தவன், வழிநடத்துபவன், அச்சத்தை விலக்குபவன், எல்லையற்ற துணிவாற்றலைக் கொண்டவன், சூர குலத்தில் பிறந்தவன், மக்களை ஆள்பவன், அனைவருக்கும் அருள்தரவிரும்புபவன், பூமிக்கு நூறு முறை வருபவன், தாமரையைக் கொண்டவன், தாமரைக்கண்ணன் (337–346). 50

தொடக்ககாலத் தாமரையை உந்தியில் கொண்டவன், மலர்க்கண்ணன், இதயத்தாமரையில் அமர்ந்திருப்பவன், உடல்வடிவத்தை ஏற்பவன், பலங்களனைத்தையும் கொண்டவன், பூதங்களின் வடிவில் வளர்பவன், புராதன ஆன்மா, அகன்றவிழியோன், கருடக்கொடியோன் (347–355). 51

ஒப்பற்றவன், சரபன், பயங்கரமாகத் தாக்குபவன், அனைத்தையும் அறிந்தவன், வேள்வி நெய்யானவன், வேள்விநெய்யை ஏற்பவன், அனைத்து வகைச் சான்றுகளாலும் அறியப்படுபவன், லட்சுமியைக்கொண்டவன், போர்கள் அனைத்திலும் வெல்பவன் (356–364). 52

அழிவைக் கடந்தவன், செவ்வண்ணம் ஏற்பவன், தேடும் பொருளாக இருப்பவன், அனைத்துக்கும் வேராக இருப்பவன், வயிற்றைச் சுற்றிலும் கயிற்றின் தடத்தைக் கொண்டவன், தீங்குகள் அனைத்தையும் பொறுத்துக் கொள்பவன், மலைகளின் வடிவில் பூமியைத் தாங்குபவன், வழிபடத்தகுந்தவை அனைத்திலும் முதன்மையானவன், பெரும் வேகம் கொண்டவன், பெரும் அளவிலான உணவை விழுங்குபவன் (365–374). 53

இயங்கச் செய்தவன், எப்போதும் கலங்கடிப்பவன், பிரகாசமாக ஒளிர்பவன், வயிற்றில் பலம் கொண்டவன், அனைத்தையுமாளும் பரமன், அண்டப் பொருளானவன், காரணப்பொருளானவன், எந்தப் பொருளையும் சாராதவன், பன்முகத்தன்மையை விதிப்பவன், புரிந்து கொள்ளப்பட முடியாதவன், மாயத்திரையில் மறைந்திருப்பவன் (375–385). 54

குணங்களற்றவன், அனைத்தையும் தாங்கும் இடமானவன், அண்டப் பேரழிவின் போது அனைத்துப் பொருட்களும் வசிக்கும் இடமானவன், முதன்மையான இடத்தை ஒதுக்குபவன், நிலைத்துநீடிப்பவன், உயர்ந்த பலத்தைக் கொண்டவன், மகிமைப்படுத்தப்படுபவன், நிறைவுடன் இருப்பவன், முழுமையாக இருப்பவன், மங்கலப் பார்வை கொண்டவன் (386–395). 55

மகிழ்ச்சியில் நிறைப்பவன், அனைத்தின் கதியாக இருப்பவன், விரதன், குறையற்ற பாதையானவன், முக்திக்கு வழிநடத்துபவன், வழிநடத்துபவன், வழிநடத்த எவனும் இல்லாதவன், பெரும் வலிமை கொண்டவன், வலிமை நிறைந்த அனைத்திலும் முதன்மையானவன், நிலைநிறுத்துபவன், கடமை மற்றும் அறம் அறிந்த அனைவரிலும் முதன்மையானவன் (396–404). 56

பூதங்களை ஒன்றாகச் சேர்ப்பவன், அனைத்து உடல்களிலும் வசிப்பவன், அனைத்து உயிரினங்களையும் இயக்குபவன், உயிரினங்கள் அனைத்தையும் படைப்பவன், மதிப்புடன் வணங்கப்படுபவன், மொத்த அண்டத்திலும் விரிந்திருப்பவன், அனைத்தையும் உண்டாக்கும் ஆதிபொன்முட்டையை வயிற்றில் கொண்டவன், பகைவர்களை அழிப்பவன், அனைத்திலும் படர்ந்திருப்பவன், பரவச் செய்பவன், புலன் இன்பங்களை அலட்சியம் செய்பவன் (405–415). 57

பருவ காலங்களானவன், விரும்பியதை அடையச் செய்பவன், அனைத்தையும் பலவீனப்படுத்துபவன், தன் மகிமையையும், பலத்தையும் சார்ந்து இதய வெளியில் வசிப்பவன், எங்கும் அறியப்படவல்லவன், அச்சங்கொள்ளச் செய்பவன், அனைத்தும் வசிக்கும் இடமாக இருப்பவன், தகூஷன், அனைத்துச் செயல்களையும் நிறைவேற்றுபவன், அதிகத் திறன் கொண்டவன் (416–425). 58

மொத்த அண்டமும் படர்ந்திருக்கும் இடமாக இருப்பவன், அனைத்துப் பொருட்களும் எப்போதும் சார்ந்திருப்பவனாகவும், அசைவில்லாதவனாகவும் இருப்பவன், சான்றுப் பொருளாக இருப்பவன், அழிவில்லாத, மாற்றமில்லாத வித்தாக இருப்பவன், அனைவராலும் வேண்டப்படுபவன், ஆசையற்றவன், அண்டத்தை மறைக்கும் பெரும் உறையாக இருப்பவன், அனுபவிக்கத்தகுந்த அனைத்து வகைப் பொருட்களையும் கொண்டவன், பெருஞ்செல்வம் கொண்டவன் (426–434). 59

மனத்தளர்ச்சிக்கு அப்பாற்பட்டவன், துறவின் வடிவில் இருப்பவன், பிறப்பற்றவன், அறத்தூணாக இருப்பவன், வேள்வியின் பெரும் உடல்வடிவம், ஆகாயத்தில் சுழலும் நட்சத்திர சக்கரத்தின் நடுப்பகுதியாக இருப்பவன், நட்சத்திரக்கூட்டங்களுக்கு மத்தியில் நிலவாக இருப்பவன், அனைத்துச் சாதனைகளையும் செய்யவல்லவன், அனைத்துப் பொருட்களும் மறையும்போது தன் ஆன்மாவில் இருப்பவன், படைக்கும் விருப்பத்தைப் பேணி வளர்ப்பவன் (435–444). 60

அனைத்து வேள்விகளின் உடல்வடிவமாக இருப்பவன், வேள்விகள் மற்றும் அறச்சடங்குகளில் துதிக்கப்படுபவன், வேள்விகளில் துதிக்கப்படத்தகுந்தவன், வேள்விகளின் உடல்வடிவமாக இருப்பவன், எந்த உணவையும் உட்கொள்ளும் முன்னர் மனிதர்களால் துதிக்கப்படுபவன், முக்தி நாடுபவர்களின் புகலிடமாக இருப்பவன், அனைத்து உயிரினங்களும் செய்யும் மற்றும் செய்யத்தவறும் செயல்களைக் காண்பவன், குணங்கள் அனைத்தையும் கடந்த ஆன்மாவைக் கொண்டவன், அனைத்தையும் அறிந்தவன், சிறந்த ஞானத்திற்கு ஒப்பானவன் (445–454). 61

சிறந்த நோன்புகளை நோற்பவன், எப்போதும் மகிழ்ச்சி நிறைந்த முகத்தைக் கொண்டவன், நுட்பமிக்கவன், இனிமைமிக்க ஒலிகளை வெளியிடுபவன், மகிழ்ச்சியைக் கொடுப்பவன், பிறருக்கு நன்மை செய்பவன், மனங்களை மகிழ்ச்சியில் நிறைப்பவன், கோபத்தை வென்றவன், வலிமைமிக்கக் கரங்களைக் கொண்டவன், அறமற்றோரைக் கிழித்தெறிபவன் (455–464). 62

ஆழ்ந்த உறக்கத்தில் மூழ்கியிருக்கச் செய்பவன், தன்னைத்தானே சார்ந்திருப்பவன், முற்றாகப் பரவியிருப்பவன், முடிவிலா வடிவங்களில் இருப்பவன், முடிவிலா எண்ணிக்கையிலான தொழில்களில் ஈடுபடுபவன், அனைத்திலும் வாழ்பவன், முழு அன்பைக் கொண்டவன், அண்டத்தின் தந்தையாக இருப்பவன், வயிற்றில் ரத்தினங்கள் அனைத்தையும் கொண்டிருப்பவன், கருவூலங்கள் அனைத்தின் தலைவன் (465–474). 63

அறத்தைப் பாதுகாப்பவன், அறத்தின் ஆதாரமானவன், எப்போதும் இருப்பவன், இல்லாதவன், அழியத்தக்கவன், அழிவற்றவன், உண்மை அறிவற்ற ஜீவனின் வடிவில் இருப்பவன், ஆயிரங்கதிரோன், விதி விதிப்பவன், சாத்திரங்கள் அனைத்தையும் படைத்தவன் (475–485). 64

எண்ணற்ற ஒளிக்கதிர்களில் இருப்பவன், அனைத்து உயிரினங்களிலும் வசிப்பவன், பேராற்றலானவன், யமன் மற்றும் அதே பலத்தைக் கொண்ட பிறரை ஆள்பவன், தேவர்களில் பழைமையானவன், தன் மகிமையில் தானே இருப்பவன், தேவர்கள் அனைவரின் தலைவன், தேவர்களை நிலைநிறுத்தபவனையும் ஆள்பவன் (486–493). 65

பிறப்பையும், அழிவையும் கடந்தவன், பசுக்களைப் பாதுகாத்து வளர்ப்பவன், அனைத்து உயிரினங்களையும் ஊட்டி வளர்ப்பவன், அறிவால் மட்டுமே அணுகப்படக்கூடியவன், பழைமையானவன்,

உடலாக அமையும் பூதங்களை நிலைநிறுத்துபவன், அனுபவிப்பவன், பெரும்பன்றியின் வடிவை ஏற்றவன், அபரிமிதமான கொடைகளை வழங்கியவன் (494–502). 66

சோமத்தைப் பருகுபவன், அமுதம் பருகுபவன், மூலிகை, செடி, கொடிகளை ஊட்டி வளர்ப்பவன், ஒரு கணப்பொழுதில் பகைவரை வெல்பவன், இருப்பிலுள்ளவை அனைத்திலும் முதன்மையான அண்ட வடிவைக் கொண்டவன், தண்டிப்பவன், அனைவரையும் வெல்பவன், கலங்கடிக்க இயலாத நோக்கங்களைக் கொண்டவன், கொடைகளுக்குத் தகுந்தவன், உயிரினங்களிடம் இல்லாதவற்றைக் கொடுப்பவனும், அவற்றைப் பாதுகாப்பவனுமாக இருப்பவன் (503–512). 67

உயிர்மூச்சைத் தாங்குபவன், உயிரினங்கள் அனைத்தையும் நேரடி பார்வையில் உள்ள பொருட்களாகக் காண்பவன், சுயத்தைத்தவிர வேறெதையும் ஒருபோதும் காணாதவன், முக்தியை அளிப்பவன், சொர்க்கம், பூமி, பாதாளம் என்ற மூன்றைத் தன் காலடிகளால் மறைத்தவன், நீர்நிலைகள் அனைத்தின் கொள்ளிடம், அனைத்திலும் நிறைந்திருப்பவன், பெரும் நீர்ப்பரப்பில் கிடப்பவன், அனைத்தையும் அழிப்பவன் (513–521). 68

பிறப்பற்றவன், அதிகம் துதிக்கப்படுபவன், தன் இயல்பில் தோன்றுபவன், பகைவர்கள் அனைவரையும் வெல்பவன், தன்னைத் தியானிப்பவர்களுக்கு மகிழ்ச்சியளிப்பவன், இன்ப வடிவன், பிறரை மகிழ்ச்சியில் நிறைப்பவன், மகிழ்க்கான காரணங்கள் அனைத்துடன் பெருகுபவன், வாய்மையையும், பிற அறங்களையும் தன் குறியீடுகளாகக் கொண்டவன், மூவுலகங்களையும் தன் காலடிகளில் கொண்டவன் (522–530). 69

முனிவர்களில் முதல்வன், கபிலராக இருப்பவன், அண்டத்தை அறிந்தவன், பூமியை ஆள்பவன், மூன்று பாதங்களைக் கொண்டவன், தேவர்களைப் பாதுகாப்பவன், பெரும் கொம்புகளைக் கொண்டவன், செயல்களைத் தீர்ப்பவன் (531–538). 70

பெரும்பன்றியானவன், வேதாந்தத்தின் துணையுடன் புரிந்துகொள்ளப்படுபவன், அழகிய துருப்புகளைக் கொண்டவன், பொற்கங்கணங்கள் கொண்டவன், மறைந்திருப்பவன், ஆழம் நிறைந்தவன், அடைதற்கரியவன், சொல்லையும், எண்ணத்தையும் கடந்தவன், சக்கரம் மற்றும் கதாயுதம் தரித்தவன் (539–547). 71

விதி விதிப்பவன், அண்டத்தின் காரணன், ஒருபோதும் வெல்லப்பட முடியாதவன், கிருஷ்ணன், நீடித்திருப்பவன், அனைத்தையும் செதுக்குபவன், சிதைவுக்கு அப்பாற்பட்டவன், வருணன், வருணனின் மகன், மரமானவன், இதயத்தாமரையில் தன் உண்மை வடிவத்தை வெளிப்படுத்துபவன், மனச்சாதனையின் மூலமே படைத்து, காத்து, அழிப்பவன் (548–558). 72

ஆறு குணங்களைக் கொண்டவன், ஆறு குணங்களையும் அழிப்பவன், இன்பநிலையாக இருப்பவன், வெற்றிமாலையால் அலங்கரிக்கப்படுபவன், கலப்பையை ஆயுதமாகக் கொண்டவன், அதிதியின் கருவறையில் பிறந்தவன், சூரியனைப் போன்ற பிரகாசம் கொண்டவன், முரண்பட்ட இரட்டைகளைத் தாங்கிக் கொள்பவன், அனைத்துப் பொருட்களின் முதன்மையான புகலிடமாக இருப்பவன் (559–567). 73

முதன்மையான வில்லை ஆயுதமாகக் கொண்டவன், தன் கோடரியை இழந்தவன், கடுமைமிக்கவன், விரும்பும் பொருட்கள் அனைத்தையும் கொடுப்பவன், சொர்க்கத்தையே தன் தலையால் தொட்டுவிடக் கூடிய அளவுக்கு நெடிதுயர்ந்தவன், அண்டம் முழுவதும் பார்வை கொண்டவன், வேதங்களைப் பகுத்தவன், வாக்கு அல்லது கல்வியை ஆள்பவன், பிறப்புறுப்புகளின் தலையீடின்றி இருப்புக்குள் எழுந்தவன் (568–576). 74

மூன்று சாமங்களில் பாடப்படுபவன், சாமங்களைப் பாடுபவன், சாமங்களானவன், உலகபந்தங்களுக்கு அழிவைத் தருபவன், மருந்தாக இருப்பவன், மருத்துவன், துறவறம் விதித்தவன், ஆசைகளைத் தணிவடையச் செய்பவன், நிறைவாய் இருப்பவன், பக்தி மற்றும் ஆன்ம அமைதிக்ககான புகலிடமாக இருப்பவன் (577–585). 75

அழகிய அங்கங்களைப் பெற்றவன், ஆன்ம அமைதியைத் தருபவன், படைத்தவன், பூமியின் மார்பில் இன்பத்தில் திளைப்பவன், அண்டப் பேரழிவுக்குப் பின்னர்ப் பாம்புகளின் இளவரசனான சேஷனின் உடலில் யோக உறக்கத்தில் கிடப்பவன், பசுக்களுக்கு நன்மை செய்பவன், அண்டத்தை ஆள்பவன், அண்டத்தைப் பாதுகாப்பவன், காளையைப் போன்ற கண்களைக் கொண்டவன், அன்புடன் அறத்தைப் பேணி வளர்ப்பவன் (586–595). 76

புறமுதுகிடாத வீரன், பற்றுகள் அனைத்தில் இருந்தும் விலகிய ஆன்மா கொண்டவன், அண்டப் பேரழிவின் காலத்தில் அண்டத்தை நுட்பமான வடிவில் குறைப்பவன், நன்மை செய்பவன், கேட்டதும் கேட்டவனின் பாவம் அனைத்தும் தூய்மையடையும்

பெயரைக் கொண்டவன், மங்கலச் சுழிமார்பன், செழிப்பின் வசிப்பிடம், லட்சுமியின் தலைவன், செல்வந்தர்களில் முதன்மையானவன் (596–604). 77

செழிப்பைத் தருபவன், செழிப்பை ஆள்பவன், செழிப்புடன் எப்போதுமிருப்பவன், அனைத்து வகைச் செல்வங்களின் கொள்ளிடம், அறவோருக்குச் செழிப்பைக் கொடுப்பவன், செழிப்பின் தேவியைத் தன் மார்பில் கொண்டவன், தன்னைக் குறித்துக் கேட்பவர்கள், தன்னைப் புகழ்பவர்கள், தன்னைத் தியானிப்பவர்கள் ஆகியோருக்குச் செழிப்பை அளிப்பவன், அடைதற்கரிய மகிழ்ச்சியை அடையும் நிலையின் உடல்வடிவமாக இருப்பவன், அனைத்து வகை அழகையும் கொண்டவன், மூவுலகங்களின் புகலிடமாக இருப்பவன் (605–614). 78

அழகிய கண்களைக் கொண்டவன், அழகிய அங்கங்களைக் கொண்டவன், மகிழ்ச்சிக்கான நூறு தோற்றுவாய்களைக் கொண்டவன், உயர்ந்த மகிழ்ச்சியைப் பிரதிபலிப்பவன், ஆகாயத்து ஒளிக்கோள்கள் அனைத்தையும் ஆள்பவன், ஆன்மாவை வென்றவன், மேன்மையான வேறு எவனாலும் ஆளப்படாத ஆன்மா கொண்டவன், எப்போதும் அழகிய செயல்களைச் செய்பவன், ஐயங்கள் அனைத்தும் விலகப் பெற்றவன் (615–623). 79

அனைத்து உயிரினங்களையும் கடந்தவன், திசைகள் அனைத்திலும் பரந்த பார்வை கொண்டவன், தலைவனற்றவன், எக்காலத்திலும் நேரும் மாற்றங்கள் அனைத்தையும் கடந்திருப்பவன், வெறுந்தரையில் கிடந்தவன், பூமியை அலங்கரிப்பவன், பலத்தின் சுயமாக இருப்பவன், துன்பங்கள் அனைத்தையும் கடந்தவன், தன்னை வழிபடுபவர்கள் அனைவரும் தன்னை நினைத்ததும் அவர்களின் துன்பங்களைக் களைபவன் (624–632). 80

பிரகாசம் கொண்டவன், அனைவராலும் வழிபடப்படுபவன், நீர்க்குடமாக இருப்பவன், தூய ஆன்மா கொண்டவன், தன்னைக் குறித்துக் கேட்பவர் அனைவரையும் தூய்மையடையச் செய்பவன், கட்டற்ற சுதந்திரம் கொண்டவன், போர்க்களங்களில் இருந்து ஒருபோதும் திரும்பாத தேரைக் கொண்டவன், பெருஞ்செல்வம் கொண்டவன், அளவற்ற ஆற்றல் கொண்டவன் (633–641). 81

காலநேமி என்ற பெயரைக் கொண்ட அசுரனைக் கொன்றவன், சூரன் குலத்தில் பிறந்தவன், வீரன், தேவர்கள் அனைவரின் தலைவன், மூவுலகங்களின் ஆன்மாவாக இருப்பவன், மூவுலகங்களையும் ஆள்பவன், சூரியன் மற்றும் சந்திரனின்

கதிர்களையே தன் மயிராகக் கொண்டவன், கேசியைக் கொன்றவன், அனைத்தையும் அழிப்பவன் (642–650). 82

வேண்டப்படும் விருப்பங்கள் அனைத்தையும் கனியச் செய்யும் தேவன், அனைவரின் விருப்பங்களையும் நிறைவேற்றுபவன், விரும்புபவன், அழகிய வடிவம் கொண்டவன், ஸ்ருதிகள் மற்றும் ஸ்மிருதிகளின் முற்றான ஞானம் கொண்டவன், குணங்களின் மூலம் விவரிக்க இயலாத வடிவம் கொண்டவன், பிரகாசக் கதிர்களால் சொர்க்கத்தை நிறையச் செய்பவன்,, எல்லையற்றவன், படையெடுப்பின் மூலம் திரண்ட செல்வத்தை அடைந்தவன் (651–660). 83

மந்திரங்கள், வேள்விகள், வேதங்கள் மற்றும் அறச்சடங்குகள் அனைத்திலும் முதன்மையானவன், தவங்களைப் படைத்தவனும், தவமுமாக இருப்பவன், பிரம்மனின் வடிவத்தில் இருப்பவன், தவங்களைப் பெருகச் செய்பவன், பிரம்மத்தை அறிந்தவன், பிராமண வடிவத்தில் இருப்பவன், பிரம்மம் என்றழைக்கப்படுபவன், வேதங்கள் அனைத்தையும், அண்டத்தில் உள்ள அனைத்தையும் அறிந்தவன், பிராமணர்களைப் பிடித்தவனாகவும் பிராமணர்களுக்குப் பிடித்தமானவனாகவும் எப்போதும் இருப்பவன் (661–670). 84

பெரும்பகுதிகளை மறைக்கவல்ல காலடித்தடங்களைக் கொண்டவன், பெருஞ்செயல்களைச் செய்பவன், பெருஞ்சக்தி கொண்டவன், பாம்புகளின் மன்னான வாசுகியுடன் அடையாளங்காணப்படுபவன், வேள்விகள் அனைத்திலும் முதன்மையானவன், வேள்வி செய்பவர்கள் அனைவரிலும் முதன்மையானவன், வேள்விகளில் முதன்மையான ஜபமாக இருப்பவன், வேள்விகளில் அளிக்கப்படும் காணிக்கைகள் அனைத்திலும் முதன்மையானவன் (671–678). 85

அனைவராலும் பாடப்படுபவன், பாடப்பட விரும்புபவன், தன்னை வழிபடுபவர்களால் சொல்லப்படும் துதிகளாக இருப்பவன், துதிக்கும் செயலே ஆனவன், துதிகளைப் பாடுபவன், போரிட விரும்புபவன், அனைத்து வகையிலும் முழுமையானவன், அனைத்து வகைச் செழிப்பாலும் பிறரை நிறைப்பவன், நினைவுகூரப்பட்ட உடனேயே பாவங்கள் அனைத்தையும் அழிப்பவன், செய்யும் அனைத்தையும் அறச்செயல்களாகச் செய்பவன், அனைத்து வகை நோய்களையும் கடந்தவன் (679–689). 86

மனோ வேகம் கொண்டவன், அனைத்து வகைக் கல்விகளையும் படைத்து அவற்றை அறிவிப்பவன், பொன்னையே

உயிர்வித்தாகக் கொண்டவன், செல்வத்தை வழங்குபவன், அசுரர்களின் செல்வத்தை அழிப்பவன், வசுதேவரின் மகன், அனைத்துயிரினங்களும் வசிக்கும் இடமாக இருப்பவன், அனைத்துப் பொருட்களிலும் வசிக்கும் மனத்தைக் கொண்டவன், தன்னிடம் புகலிடம் நாடுவோர் அனைவரின் பாவங்களையும் எடுப்பவன் (690–698). 87

அறவோரால் அடையப்படுபவன், எப்போதும் நற்செயல்களைச் செய்பவன், அண்டத்தின் ஒரே உட்பொருளாக இருப்பவன், பல்வேறு வடிவங்களில் தன்னை வெளிப்படுத்துபவன், உண்மை அறிந்தோர் அனைவரின் புகலிடமாக இருப்பவன், பெரும் வீரர்களைத் தன் துருப்பினராகக் கொண்டவன், யாதவர்களில் முதன்மையானவன், அறவோரின் வசிப்பிடமாக இருப்பவன், யமுனையின் கரைகளில் இன்பமாக விளையாடுபவன் (699–707). 88

படைக்கப்பட்ட அனைத்துப் பொருட்களுக்கும் வசிப்பிடமாக இருப்பவன், அண்டத்தைத் தன் மாயையால் நிறைக்கும் தேவன், முதன்மையானவை அனைத்தும் கலந்திருப்பவன், ஒருபோதும் நிறைவடையாத பசி கொண்டவன், அனைவரின் செருக்கையும் அடக்குபவன், நியாயமான செருக்குடன் அறவோரை நிறைப்பவன், மகிழ்ச்சியில் பெருகுபவன், பிடிக்கப்பட முடியாதவன், ஒருபோதும் வெல்லப்படமுடியாதவன் (708–716). 89

அண்டவடிவம் கொண்டவன், பெருவடிவம் கொண்டவன், சக்தியிலும், பிராகசத்திலும் சுடர்விடும் வடிவம் கொடண்டவன், வடிவமற்றவன், பல்வேறு வடிவங்களைக் கொண்டவன், வெளிப்படாதவன், நூறு வடிவங்கள் கொண்டவன், நூறு முகங்களைக் கொண்டவன் (717–724). 90

தனியொருவன், பலராகத் தெரிபவன், அனைத்தையும் தன்னுள் கொண்டவன், இன்பம் நிறைந்தவன், விசாரிக்கத்தகுந்த மகத்தான காரிய வடிவம் கொண்டவன், இவை அனைத்துமானவன், அஃது என்றழைக்கப்படுபவன், உயர்ந்த புகலிடம், பொருட்காரணங்களுக்குள் ஜீவனை அடைப்பவன், அனைவராலும் விரும்பப்படுபவன், மது குலத்தில் பிறந்தவன், தன்னை வழிபடுபவர்களிடம் அதிக அன்பு கொண்டவன் (725–735). 91

பொன்வண்ணன், பொன் போன்ற அங்கங்கள் கொண்டவன், அழகிய அங்கங்களைக் கொண்டவன், சந்தனத்தாலான அங்கதங்களால் அலங்கரிக்கப்பட்டவன், வீரர்களைக் கொல்பவன், இணையற்றவன், சுழியத்தைப் போன்றவன், எந்த அருளும் தேவைப்படாதவன், சொந்த இயல்பு, பலம் மற்றும் ஞானத்தில்

ஒருபோதும் பிறழாதவன், காற்றின் வடிவில் அசைபவன் (736–745).
92

ஆன்மா இல்லாத எதனுடனும் தன்னை ஒருபோதும் அடையாளம் காணாதவன், தன்னை வழிபடுபவர்களுக்குக் கௌரவங்களை அளிப்பவன், அனைவராலும் மதிக்கப்படுபவன், மூவுலகங்களின் தலைவன், மூன்று உலகங்களையும் நிலைநிறுத்துபவன், உடன்படிக்கைகளின் உள்ளடக்கங்கள் அனைத்தையும் தன் மாத்தில் தாங்க வல்ல நினைவுடன் கூடிய புத்தி கொண்டவன், வேள்வியில் பிறந்தவன், பெரும்புகழுக்குத் தகுந்தவன், புத்தியும் நினைவும் ஒருபோதும் தவறாதவன், பூமியை நிறைநிறுத்துபவன் (746–755). 93

சூரியனின் வடிவில் வெப்பத்தை வெளியிடுபவன், அழகிய அங்கங்களைச் சுமப்பவன், ஆயுததாரிகள் அனைவரிலும் முதன்மையானவன், தன்னை வழிபடுபவர்களால் அளிக்கப்படும் மலர் மற்றும் இலை காணிக்கைகளை ஏற்பவன், ஆசைகள் அனைத்தையும் அடக்கி தன் பகைவர்கள் அனைவரையும் கலங்கடிப்பவன், தனக்கு முன்பு நடக்க யாருமில்லாதவன், நான்கு கொம்புகளைக் கொண்டவன், கதனின் அண்ணன் (756–764). 94

நான்கு வடிவங்களைக் கொண்டவன், நான்கு கரங்களைக் கொண்டவன், தன்னில் இருந்து நான்கு புருஷர்களை உதிக்கச் செய்தவன், நான்கு வாழ்வுமுறைகளையும், நான்கு வகைகளையும் சார்ந்த மனிதர்களுக்குப் புகலிடமாக இருப்பவன், நான்கு ஆன்மாக்களைக் கொண்டவன், அறம், பொருள், இன்பம், வீடு என்ற வாழ்வின் நான்கு நோக்கங்களின் பிறப்பிடமாக இருப்பவன், நான்கு வேதங்களை அறிந்தவன், தன் பலத்தில் ஒரு சிறு பகுதியை மட்டுமே வெளிப்படுத்தியவன் (765–772). 95

உலகச் சக்கரத்தை வட்டமாகச் சுழலச் செய்பவன், உலகப் பற்றுகள் அனைத்திலும் இருந்து தொடர்பறுந்த ஆன்மா கொண்டவன், வெல்லப்பட இயலாதவன், கடக்கப்பட இயலாதவன், அடைதற்கு மிக அரியவன், அணுகுதற்கரியவன், நுழைவதற்கு அரிதானவன், இதயத்திற்குள் கொண்டுவரப்படுவதற்கு அரியவன், பெரும்பலமிக்கப் பகைவர்களைக் கொல்பவன் (773–781). 96

அழகிய அங்கங்களைக் கொண்டவன், அண்டத்தில் உள்ள அனைத்தின் சாரமாக இருப்பவன், மிக அழகிய கயிறுகள் மற்றும் இழைகளைக் கொண்டவன், எப்போதும் நீண்டு கொண்டிருக்கும் கயிறுகளையும், இழைகளையும் கொண்டவன், இந்திரனால் செய்யப்படும் செயல்களைச் செய்பவன், பெருஞ்செயல் புரிபவன்,

செய்யத்தவறிய செயல்களாற்றவன், வேதங்கள் மற்றும் சாத்திரங்கள் அனைத்தையும் தொகுத்தவன் (782–789). 97

உயர்ந்த பிறப்பைக் கொண்டவன், பேரழகன், இதயம் முழுவதும் பரிவிரக்கத்தால் நிறைந்தவன், உந்தியில் விலைமதிப்புமிக்க ரத்தினங்களைக் கொண்டவன், சிறந்த ஞானத்தையே கண்ணாகக் கொண்டவன், பிரம்மனாலும், அண்டத்தில் உள்ள முதன்மையானோர் பிறராலும் வழிபடத்தகுந்தவன், உணவுக் கொடையாளி, அண்டப் பேரழிவின் போது கொம்புகளை ஏற்றவன், தன் பகைவர்களை எப்போதும் மிக அற்புதமாக வெல்பவன், அனைத்தையும் அறிந்தவன், தடுக்கப்பட முடியாத ஆற்றருடன் கூடியோரை எப்போதும் வெல்பவன் (790–799). 98

பொன் போன்ற அங்கங்களைக் கொண்டவன், கலங்கடிக்கப்பட முடியாதவன், வாக்குகள் அனைத்தையும் ஆள்வர்கள் அனைவரையும் ஆள்பவன், ஆழமான தடாகமாக இருப்பவன், ஆழ்ந்த படுகுழியாக இருப்பவன், காலத்தின் ஆதிக்கத்தைக் கடந்தவன், அடிப்படை பூதங்கள் அனைத்தையும் தனக்குள் நிறுவிக் கொண்டவன் (800–806). 99

பூமியை மகிழச் செய்பவன், குந்த மலர்களைப் போன்ற ஏற்புடைய கனிகளை அருள்பவன், கசியபருக்கு பூமியைக் கொடையாக அளித்தவன், பூமியின் வெப்பத்தைத் தன் மழைப்பொழிவால் தணிக்கும் மழை நிறைந்த மேகத்தைப் போல மூன்றுவகைத் துன்பங்களை அழிப்பவன், அனைத்து உயிரினங்களையும் தூய்மையடையச் செய்பவன், தன்னைத் தூண்ட எவரும் இல்லாதவன், அமுதம் பருகியவன், சாகாவுடல் படைத்தவன், அனைத்தையும் அறிந்தவன், ஒவ்வொரு திசையிலும் முகமும் கண்களும் திரும்பப்பெற்றவன் (807–816). 100

எளிதில் வெல்லபடக்கூடியவன், சிறந்த நோன்புகளைச் செய்தவன், வெற்றியால் மகுடம் சூட்டப்பட்டவன், பகைவர் அனைவரையும் வெல்பவன், பகைவர் அனைவரையும் எரிப்பவன், பிற மரங்களுக்கு மேலாக எப்போதும் வளரும் நெடிய ஆல மரமாக இருப்பவன், புனிதமான அத்திமரமாக இருப்பவன், அரச மரமாக இருப்பவன், ஆந்திர நாட்டின் சாணூரனைக் கொன்றவன் (817–825). 101

ஆயிரங்கதிர்களைக் கொண்டவன், ஏழு நாவுகளைக் கொண்டவன், ஏழு தழல்களைக் கொண்டவன், தன் வாகனத்தை இழுக்க ஏழு குதிரைகளைக் கொண்டவன், வடிவமற்றவன், பாவமற்றவன், நினைத்தற்கரியவன், அச்சங்கள் அனைத்தையும

விலக்குபவன், அச்சங்கள் அனைத்தையும் அழிப்பவன் (826–834). 102

மிகச் சிறியவன், மிகப் பெரியவன், மெலிந்தவன், பருத்தவன், குணங்களுடன் கூடியவன், குணங்களைக் கடந்தவன், மிகச்சிறந்தவன், கைப்பற்றப்பட முடியாதவன், எளிதில் கைப்பற்றப்படுபவன், சிறந்த முகத்தைக் கொண்டவன், தற்செயலான உலகங்களைச் சார்ந்த மக்களைத் தன் வழித்தோன்றல்களாகக் கொண்டவன், ஐந்து அடிப்படை பூதங்கள் உள்ளடங்கிய படைப்பைச் செய்பவன் (835–846). 103

கனமான சுமைகளைச் சுமப்பவன், வேதங்களில் அறிவிக்கப்பட்டவன், யோகத்தில் அர்ப்பணிப்புள்ளவன், யோகியர் அனைவரின் தலைவன், அனைத்து ஆசைகளையும் கொடுப்பவன், நாடுவோருக்கு ஆசிரமம் அளிப்பவன், சொர்க்கத்தின் இன்ப வாழ்வு நிறைவடைந்து மீண்டும் இவ்வாழ்வுக்குத் திரும்பும் யோகியரை புதிதாக யோகத்தைச் செய்யச் செய்பவன், யோகியரின் பலன்கள் தீர்ந்தும் கூட அவர்களில் பலத்தை நிறுவுபவன், நல்ல இலைகளாக இருப்பவன், காற்றை வீசச் செய்பவன் (847–856). 104

வில் தரித்தவன், ஆயுத அறிவியல் அறிந்தவன், தண்டக் கோலாக இருப்பவன், தண்டிப்பவன், தண்டனைகள் அனைத்தையும் நிறைவேற்றுபவன் {அதமன்}, வெல்லப்பட முடியாதவன், அனைத்துச் செயல்களையும் செய்யத்தகுந்தவன், மனிதர்கள் அனைவரையும் அவரவர் கடமைகளில் நிறுவுபவன், தன்னைப் பணியில் நிறுவ எவரும் இல்லாதவன், தன்னைக் கொல்ல யமன் எவனும் இல்லாதவன் (857–866). 105

வீரமும் ஆற்றலும் கொண்டவன், நல்லியல்பின் குணம் கொண்டவன், வாய்மையுடன் அடையாளங்காணப் படுபவன், வாய்மையிலும், அறத்திலும் அர்ப்பணிப்புள்ளவன், முக்தி அடையத் தீர்மானித்தவர்களால் விரும்பப்படுபவன், தன்னை வழிபடுபவர்கள் அளிக்கும் அனைத்து வகைப் பொருட்களுக்கும் தகுந்தவன், துதிக்கத்தகுந்தவன், அனைவருக்கும் நல்லது செய்பவன், அனைவரின் மகிழ்ச்சியையும் பெருக்குபவன் (867–875). 106

ஆகாயப்பாதை கொண்டவன், சுயப்பிரகாசத்தில் ஒளிர்பவன், பேரழகுடன் கூடியவன், வேள்வி நெருப்பில் இடப்படும் காணிக்கைகளை உண்பவன், எங்கும் வசிப்பவன், பெரும்பலம் கொண்டவன், சூரியனின் வடிவில் பூமியின் ஈரத்தை உறிஞ்சுபவன், பல்வேறு ஆசைகளைக் கொண்டவன், அனைத்தையும் பெறுபவன்,

அண்டத்தைப் பெற்றவன், சூரியனை கண்ணாகக் கொண்டவன் (876-885). 107

எல்லையற்றவன், வேள்விக் காணிக்கைகள் அனைத்தையும் ஏற்பவன், மனத்தின் வடிவில் பிரகிருதியை அனுபவிப்பவன், இன்பத்தை அளிப்பவன், மீண்டும் மீண்டும் பிறப்பவன், இருப்பிலுள்ள அனைத்துப் பொருட்களிலும் முதலில் பிறந்தவன், மனத்தளர்வைக் கடந்தவன், அறவோர் வழுவும்போது மன்னிப்பவன், அண்டம் நிலைக்கும் அடித்தளமாக இருப்பவன், மிக அற்புதமானவன் (886-895). 108

தொடக்கக் காலம் முதல் இருப்பவன், பெரும்பாட்டன் முதலியோர் பிறப்பதற்கு முன்பே இருப்பவன், பழுப்பு நிறம் கொண்டவன், பெரும் பன்றியின் வடிவமேற்றவன், அனைத்தும் அழிந்த பிறகும் இருப்பவன், அனைத்து அருள்களையும் வழங்குபவன், அருள்களைப் படைப்பவன், அருள்கள் அனைத்துடன் அடையாளம் காணப்படுபவன், அருள்களை அனுபவிப்பவன், அருள்களைப் பொழிபவன் (896-905). 109

கோபமற்றவன், பாம்பான சேஷனின் வடிவில் மடங்கிச் சுருண்டு கிடப்பவன், சக்கரந்தரித்தவன், பேராற்றல் கொண்டவன், ஸ்ருதிகள் மற்றும் ஸ்மிருதிகளின் உயர்ந்த ஆணைகளால் முறைப்படுத்தப்பட்ட ஆட்சியைக் கொண்டவன், வாக்கின் துணையால் விவரிக்கப்பட இயலாதவன், வாக்கின் உதவியால் வேதாங்கங்களில் சொல்லப்பட்டவன், மூவகைத் துன்பங்களால் பீடிக்கப்பட்டவர்களைக் குளிர்விக்கும் பனித்துளியாய் இருப்பவன், இருளை விலக்கும் வல்லமுடையுடன் அனைத்து உடல்களிலும் வாழ்பவன் (906-914). 110

கோபமற்றவன், எண்ணம், சொல் மற்றும் செயலின் மூலம் அனைத்துச் செயல்களையும் நிறைவேற்றுவதில் திறன் படைத்தவன், குறுகிய காலத்திற்குள் செயல்கள் அனைத்தையும் நிறைவேற்றவல்லவன், தீயோரை அழிப்பவன், மன்னிக்கும் தன்மை கொண்ட மனிதர்களில் முதன்மையானவன், ஞானியர் அனைவரிலும் முதன்மையானவன், அச்சமனைத்தையும் கடந்தவன், எவனுடைய பெயர்களும், சாதனைகளும் கேட்கப்படுமோ, உரைக்கப்படுமோ, அறத்திற்கு வழிவகுக்குமோ அவன் (915-922). 111

மயக்கம் நிறைந்த உலகப் பெருங்கடலில் இருந்து அறத்தைப் பாதகாப்பவன், தீயோரை அழிப்பவன், அறமே ஆனவன், தீய கனவுகள் அனைத்தையும் விலக்குபவன், தன்னை வழிபடுபவர்களை விடுதலைக்கான நல்ல பாதையில்

செலுத்துவதற்காகத் தீய பாதைகள் அனைத்தையும் அழிப்பவன், சத்வ குணத்தில் இருந்து அண்டத்தைப் பாதுகாப்பவன், நற்பாதையில் நடப்பவன், வாழ்வே ஆனவன், அண்டம் முழுவதும் பரவியிருப்பவன் (923–931). 112

எல்லையற்ற வடிவங்களைக் கொண்டவன், எல்லையற்ற செல்வத்தைக் கொண்டவன், கோபத்தை அடக்கியவன், அறவோரின் அச்சங்களை அழிப்பவன், எண்ணங்கள் மற்றும் செயல்களின் அடிப்படையில் தன்னுணர்வு உள்ளவர்களுக்கு அனைத்துப் புறங்களிலும் நீதிக்கனிகளைக் கொடுப்பவன், அளவிலா ஆன்மா கொண்டவன், பல்வேறு வகையில் தகுந்த செயல்களைச் செய்தோருக்கு பல்வேறு வகையான கனிகளை அளிப்பவன், பல்வேறு வகையில் ஆணைகளை நிறுவுபவன், சரியான கனியுடன் கூடிய ஒவ்வொரு செயலிலும் பற்று கொண்டவன் (932–940). 113

தொடக்கமற்றவன், பூமி மற்றும் காரணங்கள் அனைத்தின் கொள்ளிடம், செழிப்பின் தேவியை எப்போதும் தன் புறத்தில் கொண்டவன், வீரர்கள் அனைவரிலும் முதன்மையானவன், அழகிய கங்கணங்களால் அலங்கரிக்கப்பட்டவன், உயிரினங்கள் அனைத்தையும் உண்டாக்குபவன், உயிரினங்கள் அனைத்தும் பிறப்பதற்கான மூலக் காரணன், தீய அசுரர்கள் அனைவரையும் அச்சுறுத்துபவன், பயங்கர ஆற்றலைக் கொண்டவன் (941–949). 114

அடிப்படையான ஐந்து பூதங்களின் வசிப்பிடமாகவும் கொள்ளிடமாகவும் இருப்பவன், அண்டப் பேரழிவின் போது உயிரினங்கள் அனைத்தையும் தன் தொண்டையில் விழுங்குபவன், மலரைக் காண்பதைப் போல ஏற்புடைய இனிய புன்னகை கொண்டவன், எப்போதும் விழிப்புநிறைந்தவனாக இருப்பவன், உயிரினங்கள் அனைத்துக்கும் தலைமையாக நிற்பவன், அறவோர் செய்யும் செயல்களுடன்கூடிய ஒழுக்கம் கொண்டவன், (பரீக்ஷித் மற்றும் பிறரின் வழக்கில் நேர்ந்தது போல்) இறந்தோரை மீட்பவன், தொடக்க அசையான ஓம் ஆக இருப்பவன், அறச்செயல்கள் அனைத்தையும் விதித்தவன் (950–958). 115

பரமாத்மாவைக் குறித்த உண்மையை வெளிப்படுத்துபவன், ஐந்து மூச்சுக்காற்றுகள் மற்றும் ஐம்புலன்களின் வசிப்பிடமாக இருப்பவன், உயிரினங்களின் வாழ்வை ஆதரிக்கும் உணவாக இருப்பவன், பிராணன் என்றழைக்கப்படும் உயிர் மூச்சின் துணையுடன் உயிரினங்கள் அனைத்தையும் வாழச் செய்பவன், தத்துவ அமைப்புகள் அனைத்தின் சிறந்த காரியமாக இருப்பவன்,

அண்டத்தின் ஒரே ஆன்மாவாக இருப்பவன், பிறப்பு, முதுமை மற்றும் மரணத்தைக் கடந்தவன் (959–965). 116

பூ, புவ, ஸ்வ மற்றும் செய்யப்படும் பிற ஹோம காணிக்கைகளின் புனித அசைகளின் விளைவால் அண்டத்தைக் காப்பவன், பெரும்பாதுகாவலன், அனைவரின் தந்தையாக இருப்பவன், பிரம்மனுக்கே தந்தையாக இருப்பவன், வேள்வியின் வடிவில் இருப்பவன், வேள்விகள் அனைத்தின் தலைவன், வேள்வி செய்பவன், வேள்விகளையே தன் அங்கங்களாகக் கொண்டவன், வேள்விகள் அனைத்தையும் நிலைநிறுத்துபவன் (966–975). 117

வேள்விகளைப் பாதுகாப்பவன், வேள்விகளைப் படைத்தவன், வேள்விகள் செய்பவர்கள் அனைவரிலும் முதன்மையானவன், வேள்விகள் அனைத்தின் வெகுமதிகளையும் அனுமதிப்பவன், வேள்விகள் அனைத்தையும் நிறைவேறச் செய்பவன், வேள்விகளின் இறுதியில் ஆகுதிகள் முழுமையையும் ஏற்றுக் கொள்வதன் மூலம் அவை அனைத்தையும் நிறைவடையச் செய்பவன், பலனில் விருப்பமின்றிச் செய்யப்படும் வேள்விகளோடு அடையாளங்காணப் படுபவன், அனைத்து உயிரினங்களையும் நீடிக்கச் செய்யும் உணவாக இருப்பவன், அந்த உணவை உண்பவன் (976–984). 118

இருப்பின் காரணன், தானாகத் தோன்றியவன், திடமான பூமியைத் துளைத்துச் சென்றவன், சாமங்கள் பாடுபவன், தேவகியை மகிழ்ச்சியடையச் செய்பவன், அனைத்தையும் படைப்பவன், பூமியின் தலைவன், தன்னை வழிபடுபவர்களின் பாவங்களை அழிப்பவன் (985–992). 119

சங்கைத் தன் கையில் சுமப்பவன், ஞானம் மற்றும் மாயையாலான வாளைச் சுமப்பவன், இடையறாமல் யுகச்சக்கரத்தைச் சுழலச் செய்பவன், நனவுநிலை மற்றும் புலன்களில் தன்னைச் செலுத்திக் கொள்பவன், மிகத்திடமான புத்தியுடன் கூடிய கதாயுதத்தைக் கொண்டவன், தேர்ச்சக்கரத்தை ஆயுதமாகக் கொண்டவன், கலங்கடிக்கப்பட முடியாதவன், அனைத்து வகை ஆயுதங்களையும் தரித்தவன் (993–1000). 120

ஓம், அவனை வணங்குகிறேன்.

அகராதி

1.	219. அக்ரணீ:	முக்தியடைய விரும்பும் மனிதர்களை முதன்மையான நிலையான முக்தி நிலைக்கு வழிநடத்துபவன் [அல்லது, வலிமைமிக்கப் பெரிய மீனின் வடிவை ஏற்று, அண்ட அழிவின் போது, பூமியை மறைத்த நீர் வெளியில் நீந்தி, தன் கொம்புகளில் கட்டப்பட்ட படகில் மநுவையும், பிறரையும் பாதுகாப்பாக வழிநடத்தியவன்],
2.	892. அக்ரஜன்:	இருப்பிலுள்ள அனைத்துப் பொருட்களிலும் முதலில் பிறந்தவன்,
3.	56. அக்ராஹ்யன்:	[புலன்களாலோ, மனத்தாலோ] பற்றப்பட முடியாதவன்,
4.	915. அக்ரூரன்:	கோபமற்றவன்,
5.	481. அக்ஷரன்:	அழிவற்ற சித் ஆக இருப்பவன்,
6.	17. அக்ஷரன்	அழிவற்றவன்.
7.	803. அக்ஷோப்யன்:	[கோபம், வெறுப்பு, அல்லது வேறு ஆசைகளால்] கலங்கடிக்கப்பட முடியாதவன்,

8.   747. அசலன்:   சொந்த இயல்பு, பலம்
                                மற்றும் ஞானத்தில்
                                ஒருபோதும் பிறழாதவன்,

9.   834. அசிந்த்யன்:   நினைத்தற்கரியவன்,

10. 336. அசோகன்:   துன்பங்கள் மற்றும்
                                கவலைகள் அனைத்தையும்
                                கடந்தவன்,

11. 100. அச்யுதன்:   சிதைவைக் கடந்தவன்,

12. 318. அச்யுதன்:   [தொடக்கம், பிறவி அல்லது
                                தோற்றம், வளர்ச்சி, முதிர்ச்சி,
                                வீழ்ச்சி, அழிவு என்ற] நன்கு
                                அறியப்பட்ட ஆறு
                                மாறுபாடுகளைக் கடந்தவன்,

13. 555. அச்யுதன்:   சிதைவுக்கு அப்பாற்பட்டவன்

14. 837. அணு:   மிகச் சிறியவன்,

15. 863. அதமன்:   தண்டனைகள்
                                அனைத்தையும்
                                நிறைவேற்றுபவன்,

16. 324. அதிஷ்டானன்:   [அனைத்திலும் பொருள்
                                காரணமாக இருப்பதன்
                                விளைவால்] அனைத்து
                                உயிரினங்களையும்
                                மறைப்பவன்,

17. 157. அதீந்த்ரன்:   குணங்கள் அனைத்திலும்
                                இந்திரனைக் கடந்தவன்,

18. 169. அதீந்த்ரியன்:   புலன்களைக் கடந்தவன்
                                [அல்லது, தன்னை நோக்கித்
                                திரும்பாதவர்களுக்குத்
                                தெரியாதவன்],

19. 355. அதுலன்:   ஒப்பற்றவன்,

20. 415. அதோக்ஷஜன்   புலன் இன்பங்களை
                                அலட்சியம் செய்பவன்.

21. 896. அத்புதன்   மிக அற்புதமானவன்.

22.	844.	அத்ருதன்:	கைப்பற்றப்பட முடியாதவன் [தன்னை வழிபடுபவர்களால்],
23.	716.	அத்ருப்தன்:	மகிழ்ச்சியில் பெருகுபவன்,
24.	304.	அத்ருஸ்யன்:	[பக்தர்கள் அல்லாதோருக்குப்] பிடிபட இயலாதவன்,
25.	833.	அநகன்:	பாவமற்றவன்,
26.	887.	அநந்த:	எல்லையற்றவன்,
27.	932.	அநந்தரூபன்:	எல்லையற்ற வடிவங்களைக் கொண்டவன்,
28.	662.	அநந்தன்:	எல்லையற்றவன்,
29.	307.	அநந்தஜித்	எண்ணற்ற பகைவர்களை அடக்கியவன்.
30.	933.	அநந்தஸ்ரீ:	எல்லையற்ற செல்வத்தைக் கொண்டவன்,
31.	519.	அநந்தாத்மா:	வெளி, காலம் மற்றும் அனைத்திலும் நிறைந்திருப்பவன்
32.	400.	அநயன்:	வழிநடத்த எவனும் இல்லாதவன்,
33.	431.	அநர்த்தன்:	[விருப்பங்கள் அனைத்தும் நிறைவடைந்ததன் விளைவால்] ஆசையற்றவன்,
34.	293.	அநலன்:	ஆன்மாவில் உயிர் மூச்சைக் கலக்கச் செய்பவன் [அல்லது, முக்தி பெற்றவர்களையும், முக்தி அடையாதவர்களையும் பல்வேறு வடிவங்களை ஏற்றுக் காப்பவன்],
35.	713.	அநலன்:	ஒருபோதும் நிறைவடையாத பசி கொண்டவன்,
36.	941.	அநாதி:	தொடக்கமற்றவன்,
37.	42.	அநாதிநிதநன்:	தொடக்கமும் முடிவுமற்றவன்,

38. 691. அநாமயன்   அனைத்து வகை நோய்களையும் கடந்தவன்.

39. 215. அநிமிஷன்:   சாத்திரங்களால் அங்கீகரிக்கப்பட்ட, அல்லது அனுமதிக்கப்பட்ட செயல்களில் தன் கண்களைச் செலுத்துபவன் [அல்லது, கண்கள் ஒருபோதும் தட்டாதவன் அல்லது உறங்காதவன்],

40. 185. அநிருத்தன்:   முழு அர்ப்பணிப்பில்லாமல் வெல்லப்பட முடியாதவன் [அல்லது, சக்திகளைப் பயன்படுத்தும் எவனையும் தடுக்க வல்லவன்],

41. 641. அநிருத்தன்:   கட்டற்ற சுதந்திரம் கொண்டவன்,

42. 177. அநிர்த்தேஸ்யவபு:   கண்களால் [அல்லது வேறு எந்தப் புலனாலோ, அறிவுப்புலனாலோ] உறுதிப்படுத்த இயலாத உடலைக் கொண்டவன்,

43. 659. அநிர்த்தேஸ்யவபு:   குணங்களின் மூலம் விவரிக்க இயலாத வடிவம் கொண்டவன்,

44. 435. அநிர்விண்ணன்:   மனத்தளர்ச்சிக்கு அப்பாற்பட்டவன்,

45. 893. அநிர்விண்ணன்:   [விருப்பங்கள் அனைத்தும் கனியும் நிலையை அடைவதன் விளைவால்] மனத்தளர்வைக் கடந்தவன்,

46. 235. அநிலன்:   புனித நெருப்பில் ஊற்றப்படும் ஆகுதிகளைக் குறிப்பிட்டோருக்கு

அளிப்பவன் [அல்லது,
தன்னுடைய உடலின் சிறு
பகுதியில் மட்டுமே வைத்து
அண்டத்தைத் தாங்குபவன்],

47. 814. அநிலன்: தன்னைத் தூண்ட எவரும்
இல்லாதவன்,

48. 599. அநிவர்த்தீ: புறமுதுகிடாத வீரன்,
49. 629. அநீசன்: தலைவனற்றவன்,
50. 342. அநுகூலன்: அனைவருக்கும்
அருள்தரவிரும்புபவன்,

51. 80. அநுத்தமன்: ஒப்பற்றவன்,
52. 723. அநேகமூர்த்தி: பல்வேறு வடிவங்களைக்
கொண்டவன்,

53. 521. அந்தகன் அனைத்தையும் அழிப்பவன்.
54. 983. அந்நம்: அனைத்து
உயிரினங்களையும் நீடிக்கச்
செய்யும் உணவாக
இருப்பவன்,

55. 984. அந்நாதன்8 அந்த உணவை உண்பவன்.
56. 864. அபராஜிதன்: வெல்லப்பட முடியாதவன்,
57. 718. அபராஜிதன் ஒருபோதும்
வெல்லப்படமுடியாதவன்.

58. 323. அபாம்நிதி: அண்டத்தில் உள்ள
நீர்நிலைகள் அனைத்தின்
கொள்ளிடம்,

59. 873. அபிப்ராயன்: முக்தி அடையத்
தீர்மானித்தவர்களால்
விரும்பப்படுபவன் [அல்லது,
பேரழிவு நேரும்போது இந்த
அண்டம் எவனிடம்
செல்லுமோ அவன்],

60. 642. அப்ரதிரதன்: போர்க்களங்களில் இருந்து
ஒருபோதும் திரும்பாத
தேரைக் கொண்டவன்,

61. 325. அப்ரமத்தன்: [எப்போதும் பிழை கடந்தவனாகவும்] எப்போதும் விழிப்புடன் இருப்பவன்,

62. 46. அப்ரமேயன்: அளவற்றவன்,

63. 248. அப்ரமேயாத்மா: அளவற்ற பொருட்களின் உள்ளும் புறமும் நிறைந்திருப்பவன்

64. 49. அமரப்ரபு: தேவர்கள் அனைவரின் தலைவன்,

65. 749. அமாநீ: ஆன்மா இல்லாத எதனுடனும் தன்னை ஒருபோதும் அடையாளம் காணாதவன்,

66. 517. அமிதவிக்ரமன்: சொர்க்கம், பூமி, பாதாளம் ஆகியவற்றை தன் காலடிகளால் (எண்ணிக்கையில் மூன்று) மறைத்தவன்.

67. 644. அமிதவிக்ரமன் அளவற்ற ஆற்றல் கொண்டவன்.

68. 372. அமிதாசநன் பெரும் அளவிலான உணவை விழுங்குபவன்.

69. 815. அமிதாசன்: அமுதம் பருகியவன்,

70. 832. அமூர்த்தி: வடிவமற்றவன்,

71. 722. அமூர்த்திமாந்: [செயல்களால் தீர்மானிக்கப்படுவது போன்ற] வடிவமற்றவன்,

72. 102. அமேயாத்மா: அளவற்ற ஆன்மா கொண்டவன்,

73. 179. அமேயாத்மா: தேவர்களாலோ, மனிதர்களாலோ புரிந்து கொள்ள முடியாத ஆத்மாவைக் கொண்டவன்,

74.	110.	அமோகன்:	தன்னை வழிபடுபவர்களின் விருப்பங்களை அருள ஒருபோதும் மறுக்காதவன்,
75.	154.	அமோகன்:	வீணாகும் [பயனற்ற] செயலேதும் செய்யாதவன்,
76.	518.	அம்போநிதி:	நீர்நிலைகள் அனைத்தின் கொள்ளிடம்.
77.	504.	அம்ருதபன்:	அமுதம் பருகுபவன்,
78.	816.	அம்ருதவபு:	சாகாவுடல் படைத்தவன்,
79.	119.	அம்ருதன்:	அழிவற்றவன்,
80.	283.	அம்ருதாம்சூத்பவன்:	எவன் மனத்திலிருந்து சந்திரன் உதித்தானோ அவன்,
81.	198.	அம்ருத்யு:	மரணத்தைக் கடந்தவன் [அல்லது, தன்னிடம் பக்தி கொண்டோரின் மரணத்தை விலக்குபவன்],
82.	578.	அயோநிஜன்	பிறப்புறுப்புகளின் தலையீடின்றி இருப்புக்குள் எழுந்தவன்.
83.	347.	அரவிந்தாகூஷன்:	தாமரை இதழ்களுக்கு ஒப்பான கண்களைக் கொண்டவன்,
84.	906.	அரௌத்ரன்:	கோபமற்றவன்,
85.	797.	அர்க்கன்:	பிரம்மனாலும், அண்டத்தில் உள்ள முதன்மையானோர் பிறராலும் வழிபடத்தகுந்தவன்,
86.	637.	அர்ச்சிதன்:	அனைவராலும் வழிபடப்படுபவன்,
87.	636.	அர்ச்சிஷ்மாந்:	பிரகாசம் கொண்டவன்,
88.	430.	அர்த்தன்:	[மகிழ்ச்சியாக இருப்பதன் விளைவால்] அனைவராலும் வேண்டப்படுபவன்,

89. 875. அர்ஹன்: [மந்திரங்கள், மலர்கள்
மற்றும் வேறு மதிப்புமிக்கக்
காணிக்கைகளால்]
துதிக்கத்தகுந்தவன்,

90. 482. அவிஜ்ஞாதா: உண்மை அறிவற்ற ஜீவனின்
வடிவில் இருப்பவன்,

91. 724. அவ்யக்தன்: வெளிப்படாதவன்,

92. 130. அவ்யங்கன்: வேதங்களின் அங்கங்கள்
[அல்லது கிளைகள்]
அனைத்தையும் அறிந்தவன்,

93. 13. அவ்யயன்: மாற்றமற்றவன்,

94. 147. அனகோவிஜயன்: எப்போதும் வெற்றி
பெறுபவன்,

95. 95. அஜன்: பிறப்பற்றவன்,

96. 204. அஜன்: எப்போதும் இயங்குபவன்
[அல்லது, அனைத்து
உயிரினங்களின்
இதயத்துக்குள்ளும் உதிக்கும்
காமனின் வடிவை ஏற்பவன்],

97. 522. அஜன்: பிறப்பற்றவன்,

98. 551. அஜிதன்: ஒருபோதும் வெல்லப்பட
முடியாதவன்,

99. 247. அஸங்க்யேயன்: வேறுபாடுகளைக்
களைந்தவன்

100. 479. அஸத்: [வெளிப்படும் அண்டம்
மாயையின் விளைவாக
இருப்பதால் அண்டத்தின்
வடிவில்] இல்லாதவன்,

101. 826. அஸ்வத்தன்: அரச மரமாக இருப்பவன்
[அல்லது, அழியாத
வடிவங்களில் இருப்பது
போலவே அண்டத்தில்
அழியும் வடிவங்களிலும்

இருப்பதன் விளைவால்
நீடித்து நிற்காதவன்],

102. 999. அக்ஷோப்யன்: கலங்கடிக்கப்பட
முடியாதவன்,

103. 90. அஹஸ்: [அறியாமை உறக்கத்தில்
மூழ்கியிருக்கும் ஜீவனை
விழிப்படையச் செய்பவனாக
இருக்கும் விளைவால்]
பகலாக இருப்பவன்,

104. 232. அஹஸ்: சூரியனோடு
அடையாளங்காணப்படுபவனா
க இருப்பதன் விளைவால்
நாளைத் தொடங்கி
வைப்பவன்,

105. 950. ஆதாரநிலயன்: அடிப்படையான ஐந்து
பூதங்களின் வசிப்பிடமாகவும்
கொள்ளிடமாகவும்
இருப்பவன்,

106. 334. ஆதிதேவன்: தேவர்கள் தோன்றக்
காரணமானாவன்,

107. 490. ஆதிதேவன்: [தொடக்கத்தில் இருந்தே
இருப்பனாதலால்]
தேவர்களில்
பழைமையானவன்,

108. 39. ஆதித்யன்: சூரிய வட்டிலுக்கு மத்தியில்
[பொன்வடிவில் உள்ள]
தலைமை மேதை,

109. 566. ஆதித்யன்: [பலியை வஞ்சித்த
குள்ளனின் வடிவில்]
அதிதியின் கருவறையில்
பிறந்தவன்,

110. 985. ஆத்மயோநி: இருப்பின் காரணன்,

111. 84. ஆத்மவாந் தன் உண்மையான
சுயத்தையே சார்ந்திருப்பவன்.

112.	527. ஆநந்தன்:	இன்ப வடிவம்,
113.	228. ஆவர்த்தநன்:	அண்டச் சக்கரத்தைத் தன் விருப்பப்படி சுழலச் செய்பவன்,
114.	854. ஆஸ்ரமன்:	நாடுவோருக்கு ஆசிரமம் அளிப்பவன்,
115.	788. இந்த்ரகர்மா:	இந்திரனால் செய்யப்படும் செயல்களைச் செய்பவன்,
116.	446. இஜ்யன்:	வேள்விகள் மற்றும் அறச்சடங்குகளில் துதிக்கப்படுபவன்,
117.	308. இஷ்டோவிசிஷ்டன்:	[பெரும்பாட்டன் மற்றும் ருத்திரனாலும்] விரும்பப்படுபவன் [அல்லது வேள்விகளில் துதிக்கப்படுபவன்],
118.	65. ஈசாநன்:	அனைத்து உயிரினங்களையும் அனைத்துச் செயல்களையும் செய்யத் தூண்டுபவன்,
119.	74. ஈஸ்வரன்:	எல்லாம் வல்லவன்,
120.	36. ஈஸ்வரன்	அனைத்தின் மீதும் கட்டற்ற தலைமையைக் கொண்டவன்.
121.	421. உக்ரன்:	அனைவரையும் அச்சங்கொள்ளச் செய்பவன்,
122.	218. உதாரதீ	தாழ்ந்தவர்களிலும் தாழ்ந்தவருக்கும், இழிந்தவர்களிலும் இழிந்தவர்களுக்கும் தன் அருளை வழங்கி மீட்ட பெரும் தயாளனுமான ஒருவன்.

123. 627. உதீர்ணன்: அனைத்து உயிரினங்களையும் கடந்தவன்,

124. 825. உதும்பரன்: புனிதமான அத்திமரமாக இருப்பவன்,

125. 494. உத்தரன்: பிறப்பையும், அழிவையும் கடந்தவன்,

126. 923. உத்தாரணன்: மயக்கம் நிறைந்த உலகப் பெருங்கடலில் இருந்து அறத்தைப் பாதகாப்பவன்,

127. 373. உத்பவன்: படைப்பை உண்டாக்கி இயங்கச் செய்தவன்,

128. 792. உத்பவன்: உயர்ந்த பிறப்பைக் கொண்டவன்,

129. 151. உபேந்த்ரன்: இந்திரனின் தம்பி [அல்லது சாதனைகளிலும், குணங்களிலும் இந்திரனைக் கடந்தவன்],

130. 954. ஊர்த்வகன்: உயிரினங்கள் அனைத்துக்கும் தலைமையாக நிற்பவன்,

131. 910. ஊர்ஜிதசாஸநன்: ஸ்ருதிகள் மற்றும் ஸ்மிருதிகளின் உயர்ந்த ஆணைகளால் முறைப்படுத்தப்பட்ட ஆட்சியைக் கொண்டவன்,

132. 156. ஊர்ஜிதன்: புகழ்வாய்ந்த சக்தியும் பலமும் கொண்டவன்,

133. 774. ஏகபாத் தன் பலத்தில் ஒரு சிறு பகுதியை மட்டுமே வெளிப்படுத்தியவன்.

134. 727. ஏகன்: தனியொருவன்,

135. 965. ஏகாத்மா: அண்டத்தின் ஒரே ஆன்மாவாக இருப்பவன்,

136. 287. ஒளஷதம்: உலகப்பற்றெனும் நோய்க்குப் பெரும் மருந்தாக இருப்பவன்,

137. 275. ஓஜஸ்தேஜோத்யுதிதரன்: பெரும் வலிமை, சக்தி மற்றும் காந்தியுடன் கூடியவன்,

138. 730. க: இன்பம் நிறைந்தவன்,

139. 571. கண்டபரசு: [பிருகு குல ராமராய் [பரசுராமராய்] இருந்து] தன் கோடரியை இழந்தவன்,

140. 766. கதாக்ரஜன் கதனுடைய அண்ணன்.

141. 997. கதாதரன்: மிகத்திடமான புத்தியுடன் கூடிய கதாயுதத்தைக் கொண்டவன்,

142. 850. கதிதன்: வேதங்களில் அறிவிக்கப்பட்டவன்,

143. 569. கதிஸத்தமன் அனைத்துப் பொருட்களின் முதன்மையான புகலிடமாக இருப்பவன்.

144. 543. கநகாங்கதீ: பொன்கங்கணங்கள் கொண்டவன்,

145. 486. கபஸ்திநேமி: எண்ணற்ற ஒளிக்கதிர்களின் நடுவில் சூரியனின் வடிவில் இருப்பவன்,

146. 900. கபிரவ்யயன்: பெரும் பன்றியின் வடிவமேற்றவன், அனைத்தும் அழிந்த பிறகும் இருப்பவன்,

147. 899. கபிலன்: பழுப்பு நிறம் கொண்டவன் [அல்லது கண்டடைபவன், அல்லது இருப்பில் உள்ள அனைத்துப் பொருட்களுக்கும் தன் கதிர்களால் ஒளியூட்டுபவன்],

148. 533. கபிலாசார்யன்: ஆசான் கபிலராக இருப்பவன்,

149. 501. கபீந்த்ரன்: பெரும்பன்றியின் வடிவை ஏற்றவன் [அல்லது, ராமனின் வடிவில் இருந்த போது பெரும் குரங்குக்கூட்டத்தின் தலைவனாக இருந்தவன்],

150. 545. கபீரன்: [அறிவு மற்றும் பலத்தில்] ஆழம் நிறைந்தவன்,

151. 937. கபீராத்மா: அளவிலா ஆன்மா கொண்டவன்,

152. 378. கரணம்: அண்டம் உண்டான பொருளாக இருப்பவன்,

153. 354. கருடத்வஜன் தேரின் கொடிக்கம்பத்தில் கருடன் அமர்ந்திருக்கப் பெற்றவன்.

154. 315. கர்த்தா: அனைத்துச் செயல்களையும் நிறைவேற்றுபவன்,

155. 380. கர்த்தா: அனைத்துப் பொருள்களையும் சாராதிருப்பவன்,

156. 133. கவி ஞானத்தில் தனக்கு மேம்பட்ட எவனும் இல்லாதவன்.

157. 382. கஹநன்: புரிந்து கொள்ளப்பட முடியாதவன்,

158. 546. கஹநன்: அடைதற்கரியவன்,

159. 296. காந்தன்: மிக இனிமையானவன்,

160. 657. காந்தன்: அழகிய வடிவம் கொண்டவன்,

161. 295. காமக்ருத்: காமனின் தந்தை [ஆசை அல்லது காமத்தின் கோட்பாடு],

162.	654.	காமதேவன்:	வேண்டப்படும் விருப்பங்கள் அனைத்தையும் கனியச் செய்யும் தேவன்,
163.	655.	காமபாலன்:	அனைவரின் விருப்பங்களையும் நிறைவேற்றுபவன்,
164.	298.	காமப்ரதன்:	அனைத்து விருப்பங்களும் கனியும் நிலையை அருள்பவன்,
165.	297.	காமன்:	அனைத்து உயிரினங்களாலும் விரும்பப்படுபவன்,
166.	294.	காமஹரா:	விடுதலையடைந்தோரின் [முக்தி அடைந்தோரின்] ஆசைகளைக் கொல்பவன் [அல்லது, தன்னை வழிபடுபவர்களின் மனங்களில் தீய ஆசைகள் எழாமல் தடுப்பவன்],
167.	656.	காமீ:	விரும்புபவன்,
168.	379.	காரணன்:	அண்டத்தை உண்டாக்கிய காரணப்பொருளானவன்,
169.	645.	காலநேமிநிஹா:	காலநேமி என்ற பெயரைக் கொண்ட அசுரனைக் கொன்றவன்,
170.	418.	காலன்:	அனைத்து உயிரினங்களையும் பலவீனப்படுத்துபவன்,
171.	731.	கிம்:	விசாரிக்கத்தகுந்த மகத்தான காரிய வடிவம் கொண்டவன்,
172.	58.	கிருஷ்ணன்:	தீவில் பிறந்த கிருஷ்ணராக {வியாசராக} இருப்பவன்
173.	841.	குணப்ருத்:	குணங்களுடன் கூடியவன்,

174. 907. குண்டலீ:	பாம்பான சேஷனின் வடிவில் மடங்கிச் சுருண்டு கிடப்பவன்,
175. 810. குந்தரன்:	குந்த மலர்களைப் போன்ற ஏற்புடைய கனிகளை அருள்பவன்,
176. 811. குந்தன்:	[ராம அவதாரத்தில்] கசியபருக்கு பூமியைக் கொடையாக அளித்தவன்,
177. 547. குப்தன்:	சொல்லையும், எண்ணத்தையும் கடந்தவன்,
178. 592. குமுதன்:	பூமியின் மார்பில் இன்பத்தில் திளைப்பவன்,
179. 809. குமுதன்:	பூமியை மகிழச் செய்பவன்,
180. 638. கும்பன்:	[அனைத்தும் தன்னுள் வசிப்பதைப் போன்ற] நீர்க்குடமாக இருப்பவன்,
181. 209. குரு	அறிவியல்கள் அனைத்தையும் போதிப்பவனும், அனைத்துக்கும் தந்தையுமானவன்,
182. 210. குருதமன்:	பெரும்பாட்டனான பிரம்மனுக்குப் போதிப்பவன்,
183. 593. குவலேசயன்:	அண்டப் பேரழிவுக்குப் பின்னர் பாம்புகளின் இளவரசனான சேஷனின் உடலில் [யோக] உறக்கத்தில் கிடப்பவன்,
184. 383. குஹன்	மாயத்திரை மூலம் தன்னை மறைத்துக் கொள்பவன்.
185. 544. குஹ்யன்:	[உபநிஷத்துகளின் துணையுடன் மட்டுமே

அறியப்படும் வகையில்]
மறைந்திருப்பவன்,

186. 23. கேசவன்: அழகுமயிர் படைத்தவன்,

187. 651. கேசவன்: சூரியன் மற்றும் சந்திரனின் கதிர்களையே தன் மயிராகக் கொண்டவன்,

188. 652. கேசிஹா: கேசியைக் கொன்றவன்,

189. 495. கோபதி: [கிருஷ்ணனின் வடிவில்] பசுக்களைப் பாதுகாத்து வளர்ப்பவன்,

190. 595. கோபதி: அண்டத்தை ஆள்பவன்,

191. 496. கோப்தா: அனைத்து உயிரினங்களையும் ஊட்டி வளர்ப்பவன்,

192. 596. கோப்தா: அண்டத்தைப் பாதுகாப்பவன்,

193. 188. கோவிதாம்பதி நாநயமிக்க மனிதர்கள் அனைவரையும்விடத் திறம்பெற்றவன் [தன்னை அறிந்தவர்கள் அனைவரின் துன்பங்களையும் போக்குபவன்].

194. 187. கோவிந்தன்: மூழ்கிய பூமியை மீட்டவன் [அல்லது, தன்னை நோகிக பக்தர்களால் பாடப்படும் மந்திரங்களைப் புரிந்து கொள்பவன்],

195. 541. கோவிந்தன்: வேதாந்தத்தின் துணையுடன் புரிந்துகொள்ளப்படுபவன்,

196. 594. கோஹிதன்: பசுக்களுக்கு நன்மை செய்பவன் [அல்லது, மக்கள் தொகையில் அவதியுறும் பூமியின் கனத்தைக் குறைக்க மனிதனின் வடிவில் பிறந்தவன்],

197. 448. க்ரது:
விதிப்படி விலங்குகள் காணிக்கையளிக்கப்படும் வேள்விகள் அனைத்தின் உடல்வடிவமாக இருப்பவன்,

198. 79. க்ரமன்:
தனக்கு அளிக்கப்படும் காணிக்கைகளுக்குத் தகுந்தவனாகவும் அவற்றை முறையாக அனுபவிக்கும் சக்தி கொண்டவனாகவும் இருப்பவன்,

199. 220. க்ராமணீ:
அனைத்து உயிரினங்களின் தலைவன் [அல்லது, அண்ட அழிவின் போது அனைத்தையும் மூழ்கடிக்கும் நீர்வெளியில் விளையாடுபவன்],

200. 839. க்ருசன்:
மெலிந்தவன்,

201. 790. க்ருதகர்மா:
செய்யத்தவறிய செயல்களற்றவன்,

202. 485. க்ருதலக்ஷணன்
சாத்திரங்கள் அனைத்தையும் படைத்தவன்.

203. 82. க்ருதஜ்ஞன்:
செய்யப்படும் அனைத்துச் செயல்களையும் அறிந்தவன்,

204. 534. க்ருதஜ்ஞன்:
அண்டத்தை அறிந்தவன்,

205. 658. க்ருதாகமன்:
ஸ்ருதிகள் மற்றும் ஸ்மிருதிகளின் முற்றான ஞானம் கொண்டவன்,

206. 791. க்ருதாகமன்
வேதங்கள் மற்றும் சாத்திரங்கள் அனைத்தையும் தொகுத்தவன்.

207. 137. க்ருதாக்ருதன்:
விளைவாகவும் [காரியமாகவும்], காரணமாகவும் இருப்பவன் [அல்லது பிரகிருதியைக்

கடந்திருக்கும் விளைவால்
முன்நிகழ்வுகளில்
செய்யப்பட்ட எந்தச்
செயல்களாலும் தன் வாழ்வு
தீர்மானிக்கப்படாதவன்],

208. 746. க்ருதாசிஸ்: [தான் கொண்ட முழுமையின்
விளைவால்] எந்த அருளும்
தேவைப்படாதவன்,

209. 539. க்ருதாந்தக்ருத் செயல்பட்டவர்களை
இன்பத்தை அனுபவிக்கவோ,
துன்பத்தைத் தாங்கிக்
கொள்ளவோ செய்து
செயல்களைத் தீர்ப்பவன்.

210. 83. க்ருதி: அனைத்துச் செயல்களுடன்
அடையாளங்காணப்
படுபவன்,

211. 552. க்ருஷ்ணன்: தீவில் பிறந்த கிருஷ்ணராக
இருப்பவன்,

212. 314. க்ரோதக்ருத்: அறமற்றவர்களைக்
கோபத்தால் நிறைப்பவன்,

213. 313. க்ரோதஹா: அறவோரின் கோபத்தைக்
கொல்பவன்,

214. 442. கூஷமன்: அனைத்துச்
சாதனைகளையும்
செய்யவல்லவன்,

215. 919. கூஷமிணாம்வரன்: மன்னிக்கும் தன்மை
கொண்ட மனிதர்களில்
முதன்மையானவன்,

216. 480. கூஷரம்: [வெளிப்படும் அண்டத்தின்
வடிவில்] அழியத்தக்கவன்,

217. 443. கூஷாமன்: அனைத்துப் பொருட்களும்
மறையும்போது தன்
ஆன்மாவில் இருப்பவன்,

218. 856. கூஷாமன்: யோகியரின் பலன்கள் தீர்ந்தும் கூட அவர்களில் பலத்தை நிறுவுபவன்,

219. 991. கூஷிதீசன்: பூமியின் தலைவன்,

220. 16. கூஷத்ரஜ்ஞன்: தான் வசிக்கும் உடல் உறையை அறிந்தவன்,

221. 602. கூஷமக்ருத்: துன்புறும் தன் வழிபாட்டாளர்களுக்கு நன்மை செய்பவன்,

222. 374. கூஷாபணன்: பிரகிருதி மற்றும் புருஷன் ஆகிய இரண்டையும் எப்போதும் கலங்கடிப்பவன்,

223. 402. சக்திமதாம்ஸ்ரேஷ்டன்: வலிமை நிறைந்த அனைத்திலும் முதன்மையானவன்,

224. 548. சக்ரகதாதரன் சக்கரம் மற்றும் கதாயுதம் தரித்தவன்.

225. 908. சக்ரீ: சக்கரந்தரித்தவன்,

226. 995. சக்ரீ: இடையறாமல் யுகச்சக்கரத்தைச் சுழலச் செய்பவன்,

227. 993. சங்கப்ருத்: [பாஞ்சஜன்யம் என்ற] என்ற சங்கைத் தர் கையில் சுமப்பவன்,

228. 285. சசபிந்து: முயலால் குறிப்பிடப்படும் ஒளிக்கோளைப் போல அனைத்து உயிரினங்களுக்கும் உணவு ஊட்டுபவன்,

229. 725. சதமூர்த்தி: நூறு வடிவங்கள் கொண்டவன்,

230. 726. சதானநன் நூறு முகங்களைக் கொண்டவன்.

231. 620. சதாநந்தன்: மகிழ்ச்சிக்கான நூறு தோற்றுவாய்களைக் கொண்டவன்,

232. 343. சதாவர்த்தன்: [நல்லோரைக் காத்து, தீயோரை அழித்து, அறத்தை நிறுவுவதற்காகப்] பூமிக்கு நூறு முறை வருபவன்,

233. 936. சதுரஸ்ரன்: எண்ணங்கள் மற்றும் செயல்களின் அடிப்படையில் தன்னுணர்வு உள்ளவர்களுக்கு அனைத்துப் புறங்களிலும் நீதிக்கனிகளைக் கொடுப்பவன்,

234. 138. சதுராத்மா: [அநிருத்தன், பிரத்யும்னன், சங்கர்ஷணன், வாசுதேவன் என்ற நான்கு வடிவங்களைக் கொண்டதன் விளைவால்] நான்கு ஆன்மாக்களைக் கொண்டவன்,

235. 771. சதுராத்மா: [மனம், புத்தி, நனவுநிலை [அஹங்காரம்], நினைவு ஆகிய] நான்கு ஆன்மாக்களைக் கொண்டவன்,

236. 770. சதுர்க்கதி: நான்கு வாழ்வுமுறைகளையும், நான்கு வகைகளையும் சார்ந்த மனிதர்களுக்குப் புகலிடமாக இருப்பவன்,

237. 140. சதுர்த்தம்ஷ்ட்ரன்: [அசுரத் தலைவன் ஹிரண்யகசிபுவைக் கொல்வதற்காகச் சிங்கத் தலையுடன் கூடிய மனித

238. 772. சதுர்ப்பாவன்: வடிவத்தை அவன் ஏற்ற போது தோன்றிய] நான்கு கொம்புகளைக் கொண்டவன், அறம், பொருள், இன்பம், வீடு என்ற வாழ்வின் நான்கு நோக்ககளின் பிறப்பிடமாக இருப்பவன்,

239. 768. சதுர்ப்பாஹு: நான்கு கரங்களைக் கொண்டவன்,

240. 141. சதுர்ப்புஜன் [சங்கு, சக்கரம், கதாயுதம், தாமரை ஆகியவற்றைப் பிடித்துக் கொள்வதற்கான] நான்கு கரங்களைக் கொண்டவன்.

241. 767. சதுர்மூர்த்தி: நான்கு வடிவங்களைக் கொண்டவன்,

242. 773. சதுர்வேதவித்: நான்கு வேதங்களை அறிந்தவன்,

243. 139. சதுர்வ்யூஹன்: [மேற்கண்ட] நான்கு வடிவங்களில் அறியப்படுபவன்,

244. 769. சதுர்வ்யூஹன்: தன்னில் இருந்து நான்கு புருஷர்களை உதிக்கச் செய்தவன்,

245. 412. சத்ருக்னன்: தேவர்களின் பகைவர்களை அழிப்பவன்,

246. 823. சத்ருதாபநன்: பகைவர் அனைவரையும் எரிப்பவன்,

247. 822. சத்ருஜித்: பகைவர் அனைவரையும் வெல்பவன்,

248. 742. சந்தநாங்கதீ: சந்தனத்தாலான அங்கதங்களால் அலங்கரிக்கப்பட்டவன்,

249. 281. சந்த்ராம்சு: உலகின் உயிரினங்கள் அனைத்தையும் குளுமைப்படுத்தும் சந்திரனின் கதிர்களைப் போல உலகத் துன்பங்களில் எரிந்து கொண்டிருக்கும் தன் வழிபாட்டாளர்களுக்கு ஆறுதலளிப்பவன்,

250. 912. சப்தஸ்ஹன்: வாக்கின் உதவியால் வேதாங்கங்களில் சொல்லப்பட்டவன்,

251. 911. சப்தாதிகன்: வாக்கின் துணையால் விவரிக்கப்பட இயலாதவன்,

252. 586. சமன்: தன்னை வழிபடுபவர்களைப் பொறுத்தவரையில் [ஆன்ம அமைதியைக் கொடுக்கும் நோக்கில்] அவர்களின் ஆசைகளைத் தணிவடையச் செய்பவன்,

253. 38. சம்பு: தன்னை வழிபடுபவர்களுக்கு மகிழ்ச்சியளிப்பவன்,

254. 86. சரணன்: அனைத்தின் புகலிடமாக இருப்பவன்,

255. 499. சரீரபூதப்ருத்: உடலாக அமையும் பூதங்களை நிலைநிறுத்துபவன்,

256. 349. சரீரப்ருத்: [தன் மாயையின் மூலம்] ஜீவனின் உடல்வடிவத்தை ஏற்பவன்,

257. 87. சர்ம: உயர்ந்த இன்பத்தின் உடல் வடிவம்,

258. 914. சர்வரீகரன்0 இருளை விலக்கும் வல்லமுடையுடன் அனைத்து உடல்களிலும் வாழ்பவன்.

259. 26. சர்வன்: அனைத்தையும் அழிப்பவன்,

260. 748. சலன் காற்றின் வடிவில் அசைபவன்.

261. 827. சாணூராந்த்ரநிஷூதனன்1 ஆந்திர நாட்டின் சாணூரனைக் கொன்றவன்.

262. 587. சாந்தன்: [உலகப் பொருட்கள் அனைத்திலும் முற்றிலும் தொடர்பறுத்ததன் விளைவால்] நிறைவாய் இருப்பவன்,

263. 590. சாந்திதன்: ஆன்ம அமைதியைத் தருபவன்,

264. 996. சார்ங்கதந்வா: நனவுநிலை மற்றும் புலன்களில் தன்னைச் செலுத்திக் கொள்பவன்,

265. 206. சாஸ்தா: தீயோரைத் தண்டிபவன் [அல்லது, (அல்லது, ஸ்ருதி மற்றும் ஸ்மிருதிகளின் படி அனைத்து மனிதர்களின் ஒழுங்கையும் முறைப்படுத்துபவன்],

266. 57. சாஸ்வதன்: நித்தியமானவன்,

267. 120. சாஸ்வதஸ்தாணு: நித்யமாக நிலைத்திருப்பவன்,

268. 630. சாஸ்வதஸ்திரன்: எக்காலத்திலும் நேரும் மாற்றங்கள் அனைத்தையும் கடந்திருப்பவன்,

269. 310. சிகண்டி: தலைப்பாகையில் [மயில்] இறகுகளுடன் கூடிய ஆபரணத்தைக் கொண்டவன்,

270. 913. சிசிரன்: மூவகைத் துன்பங்களால் பீடிக்கப்பட்டவர்களைக் குளிர்விக்கும் பனித்துளியாய் இருப்பவன்,

271. 626. சிந்நஸம்சயன்   [உள்ளங்கை நெல்லிக்கனி
                            போல மொத்த
                            அண்டத்தையும்
                            காண்பவனாக அவன்
                            சொல்லப்படுகிறான், எனவே]
                            ஐயங்கள் அனைத்தும்
                            விலகப் பெற்றவன்.

272. 273. சிபிவிஷ்டன்:   விலங்குகள் அனைத்திலும்
                            வேள்வியின் வடிவில்
                            வசிப்பவன்,

273. 27. சிவன்:   சத்வம், ரஜஸ் மற்றும் தமோ
                            குணங்கள் மூன்றையும்
                            கடந்திருப்பவன்,

274. 603. சிவன்:   கேட்டதும் கேட்டவனின்
                            பாவம் அனைத்தும்
                            தூய்மையடையும் பெயரைக்
                            கொண்டவன்,

275. 250. சிஷ்டக்ருத்:   அறவோரைப் பேணி
                            வளர்ப்பவன்,

276. 309. சிஷ்டேஷ்டன்:   அனைத்திற்கும் மேலான
                            புகழ்பெற்றவன், ஞானிக்ள
                            மற்றும் அறவோரால்
                            விரும்பப்படுபவன்,

277. 155. சுசி:   [தன்னை வழிபடுபவர்கள்,
                            தன்னைக் கேட்பவர்கள்,
                            தன்னை நினைப்பவர்கள்
                            ஆகியோரைத்] தூய்மை
                            செய்பவன்,

278. 251. சுசி:   உலகங்கள் அனைத்தையும்
                            தூய்மையாக்குபவன்,

279. 118. சுசிஸ்ரவஸ்:   தூய அல்லது களங்கமற்ற
                            புகழைக் கொண்டவன்,

280. 589. சுபாங்கன்:   அழகிய அங்கங்களைப்
                            பெற்றவன்,

281. 784. சுபாங்கன்: அழகிய அங்கங்களைக்
கொண்டவன்,

282. 393. சுபேக்ஷணன் மங்கலப் பார்வை
கொண்டவன்.

283. 745. சூந்யன்: [குணமற்ற விளைவால்]
சுழியத்தைப் போன்றவன்,

284. 339. சூரன்: எல்லையற்ற துணிவும்
ஆற்றலும் கொண்டவன்,

285. 647. சூரன்: வீரன்,

286. 648. சூரஜநேஸ்வரன்: தேவர்கள் அனைவரின்
தலைவன்,

287. 706. சூரசேநன்: பெரும் வீரர்களைத் தன்
துருப்பினராகக் கொண்டவன்,

288. 340. செளரி: சூர குலத்தில் பிறந்தவன்,

289. 646. செளரி: சூரன் குலத்தில் பிறந்தவன்,

290. 635. சோகநாசநன் தன்னை வழிபடுபவர்கள்
அனைவரும் தன்னை
நினைத்ததும் அவர்களின்
துன்பங்களைக் களைபவன்.

291. 423. தக்ஷன்: தக்ஷன்,

292. 917. தக்ஷன்: குறுகிய காலத்திற்குள்
செயல்கள் அனைத்தையும்
நிறைவேற்றவல்லவன்,

293. 918. தக்ஷிணன்: தீயோரை அழிப்பவன்,

294. 861. தண்டன்: தண்டக் கோலாக
இருப்பவன்,

295. 733. தத்: அது

296. 963. தத்வம்: தத்துவங்களாக இருப்பவன்

297. 964. தத்வவித்: தத்துவ அமைப்புகள்
அனைத்திலும் சிறந்த
தத்துவமாக இருப்பவன்,

298. 663. தநஞ்சயன் [அர்ஜுனன் அல்லது நரனின்
வடிவில்] படையெடுப்பின்

மூலம் திரண்ட செல்வத்தை அடைந்தவன்.

299. 859. தநுர்த்தரன்: [ராமனின் வடிவில்] வில் தரித்தவன்,

300. 860. தநுர்வேதன்: ஆயுத அறிவியல் அறிந்தவன்,

301. 474. தநேஸ்வரன் கருவூலங்கள் அனைத்தின் தலைவன்.

302. 787. தந்துவர்த்தகன்: எப்போதும் நீண்டு கொண்டிருக்கும் கயிறுகளையும், இழைகளையும் கொண்டவன்,

303. 756. தந்யன்: பெரும்புகழுக்குத் தகுந்தவன்,

304. 76. தந்வீ: வில் தரித்தவன்,

305. 190. தமநன்: தன்னைத் துதிப்போரின் துன்பங்களை அடக்குபவன் [அல்லது, தங்கள் கடமைகளில் இருந்து வீழ்ந்துவிட்ட மனிதர்கள் அனைவரையும் தண்டிப்பதற்காக அண்டத்தை அழிக்கும் யமனின் வடிவத்தை ஏற்பவன்],

306. 862. தமயிதா: தண்டிப்பவன்,

307. 236. தரணீதரன் [சேஷனின் வடிவிலோ, பூமியைக் காத்த பெரும் பன்றியின் வடிவத்திலோ, பூமியை ஆதரித்து நுட்பமாக ஊடுருபவனாகவோ] ஆகாயத்தில் பூமியைத் தாங்கிப் பிடிப்பவன்.

308. 758. தராதரன் பூமியை நிறைநிறுத்துபவன்.

309. 715. தர்ப்பதன்: நியாயமான செருக்குடன் அறவோரை நிறைப்பவன்,

310. 714. தர்ப்பஹா: அனைவரின் செருக்கையும் அடக்குபவன்,

311. 475. தர்மகுப்: அறத்தைப் பாதுகாப்பவன்,

312. 476. தர்மக்ருத்: அறக்கடமைகள் அனைத்தையும் நிறைவேற்றுபவன்,

313. 403. தர்மம்: நிலைநிறுத்துபவன்,

314. 438. தர்மயூபன்: அறம் கட்டப்படும் தூணாக இருப்பவன்,

315. 404. தர்மவிதுத்தமன் கடமை மற்றும் அறம் அறிந்த அனைவரிலும் முதன்மையானவன்.

316. 136. தர்மாத்யக்ஷன்: [ஒன்றையோ, மற்றொன்றையோ நாடுபவர்களுக்கான கனிகளைக் கொடுப்பதற்கு] அறம் மற்றும் மறம் ஆகிய இரண்டையும் கண்காணிப்பவன்,

317. 477. தர்மீ: அறத்தின் ஆதாரமாக இருப்பவன்,

318. 511. தாசார்ஹன்: கொடைகளுக்குத் தகுந்தவன்,

319. 43. தாதா: [அனந்தன் மற்றும் பிறரின் வடிவில்] அண்டத்தைத் தாங்கிப் பிடிப்பவன்,

320. 951. தாதா: அண்டப் பேரழிவின் போது உயிரினங்கள் அனைத்தையும் தன் தொண்டையில் விழுங்குபவன்,

321. 45. தாதுருத்தமன் பெரும்பாட்டனான பிரம்மனையும் விட மேன்மையானவன்.

322. 211. தாம: அனைத்து
                                உயிரினங்களுக்கும்
                                வசிப்பிடமாகவோ,
                                ஓய்விடமாகவோ இருப்பவன்,

323. 367. தாமோதரன்:   [குழந்தையாக
                                இருக்கும்போது
                                யசோதனையால்
                                கட்டப்பட்டதால்] வயிற்றைச்
                                சுற்றிலும் கயிற்றின்
                                தடத்தைக் கொண்டவன்,

324. 337. தாரணன்:   உலக வாழ்வெனும்
                                பெருங்கடலைப்
                                பாதுகாப்பாகக் கடக்க
                                நம்மை வழிநடத்துபவன்,

325. 338. தாரன்:   தன்னை வழிபடுபவர்கள்
                                அனைவரின் இதயங்களில்
                                இருந்தும் மறுபிறவி குறித்த
                                அச்சத்தை விலக்குபவன்,

326. 968. தாரன்:   பெரும்பாதுகாவலன்,

327. 572. தாருணன்:   கடுமைமிக்கவன்,

328. 940. திசன்3   சரியான கனியுடன் கூடிய
                                ஒவ்வொரு செயலிலும் பற்று
                                கொண்டவன்.

329. 574. திவிஸ்ப்ருக்:   சொர்க்கத்தையே [பலியின்
                                வேள்வியில் தான் ஏற்று வந்த
                                வடிவத்துடன்] தன் தலையால்
                                தொட்டுவிடக் கூடிய
                                அளவுக்கு நெடிதுயர்ந்தவன்,

330. 721. தீப்தமூர்த்தி:   சக்தியிலும், பிராகசத்திலும்
                                சுடர்விடும் வடிவம்
                                கொடண்டவன்,

331. 693. தீர்த்தகரன்:   அனைத்து வகை
                                கல்விகளையும் படைத்து
                                அவற்றை அறிவிப்பவன்,

332. 778. துரதிக்ரமன்:	கடக்கப்பட இயலாதவன்,
333. 81. துராதர்ஷன்:	குழப்பமடையாதவன்,
334. 783. துராரிஹா	[தானவர்களுக்கு மத்தியில் உள்ள] பெரும்பலமிக்கப் பகைவர்களைக் கொல்பவன்.
335. 782. துராவாஸன்:	[யோகியராலும்] இதயத்திற்குள் கொண்டவரப்படுவதற்கு அரியவன்,
336. 780. துர்க்கமன்:	அணுகுதற்கரியவன்,
337. 781. துர்க்கன்:	நுழைவதற்கு அரிதானவன்,
338. 266. துர்த்தரன்:	எந்த உயிரினத்தாலும் சுமக்கப்பட முடியாதவன்,
339. 717. துர்த்தரன்:	பிடிக்கப்பட முடியாதவன்,
340. 205. துர்மர்ஷணன்:	தானவர்களாலோ, அசுரர்களாலோ தாங்கிக் கொள்ளப்பட முடியாதவன் [ராவணனைக் கொன்று, தன் மனைவியான சீதையை மீட்டவன், அல்லது சிருங்கவேரபுரம் என்ற பெயரில் அறியப்படும் நாட்டில் வசிக்கும் சண்டாளர்களின் தலைவன் குஹகனிடம் நட்பைக் கொண்ட ராமனின் வடிவத்தைக் குறிப்பிடும் வகையில் தாழ்ந்த வகுப்பினிடமும், சண்டாளர்களிடமும் கருணை காட்டுபவன்],
341. 329. துர்யன்:	அண்டத்தின் சுமையைச் சுமப்பவன்,
342. 779. துர்லபன்:	அடைதற்கு மிக அரியவன்,

343. 777. துர்ஜயன்: வெல்லப்பட இயலாதவன்,

344. 926. துஸ்வப்நநாசனன்: தீய கனவுகள் அனைத்தையும் விலக்குபவன்,

345. 924. துஷ்க்ருதிஹா: தீயோரை அழிப்பவன்,

346. 391. துஷ்டன்: நிறைவுடன் இருப்பவன்,

347. 989. தேவகீநந்தநன்: தேவகியை மகிழ்ச்சியடையச் செய்பவன்,

348. 493. தேவப்ருத்குரு தேவர்களை நிலைநிறுத்தபவனையும் [இந்திரனையும்] ஆள்பவன்.

349. 375. தேவன்: பிரகாசமாக ஒளிர்பவன் [அல்லது, இன்பத்தில் திளைப்பவன்],

350. 492. தேவேசன்: தேவர்கள் அனைவரின் தலைவன்,

351. 759. தேஜோவ்ருஷன்: சூரியனின் வடிவில் வெப்பத்தை வெளியிடுபவன்,

352. 760. த்யுதிதரன்: அழகிய அங்கங்களைச் சுமப்பவன்,

353. 573. த்ரவிணப்ரதன்: விரும்பும் பொருட்கள் அனைத்தையும் கொடுப்பவன்,

354. 62. த்ரிககுப்தாமா: ஒவ்வொரு உயிரினத்தின் [மேல், நடு மற்றும் கீழ் என] மூன்று பகுதிகளில் வசிப்பவன்,

355. 537. த்ரிதசாத்யக்ஷன்: தேவர்களைப் பாதுகாப்பவன்,

356. 536. த்ரிபதன்: மூன்று பாதங்களைக் கொண்டவன்,

357. 753. த்ரிலோகக்ருக்: மூன்று உலகங்களையும் நிலைநிறுத்துபவன்,

358. 649. த்ரிலோகாத்மா: மூவுலகங்களின் ஆன்மாவாக இருப்பவன்,

359. 650.	த்ரிலோகேசன்:	மூவுலகங்களையும் ஆள்பவன்,
360. 531.	த்ரிவிக்ரமன்	மூவுலகங்களையும் தன் காலடிகளில் கொண்டவன்.
361. 579.	த்ரிஸாமா:	மூன்று [முதன்மையான] சாமங்களில் பாடப்படுபவன்,
362. 553.	த்ருடன்:	[சிதைவைக் கடந்திருப்பதன் விளைவால்] நீடித்திருப்பவன்,
363. 160.	த்ருதாத்மா:	பிறவி, வளர்ச்சி, மரணம் ஆகியவற்றுக்கு ஆட்படாமல் ஒரே வடிவில் எப்போதும் தன்னைத் தாங்கிக் கொள்பவன்,
364. 388.	த்ருவன்:	நீடித்து நிலைத்திருப்பவன்,
365. 55.	த்ருவன்	தாங்கி நிலைத்திருப்பவன்.
366. 52.	த்வஷ்டா:	அனைத்துப் பொருட்களையும் பலவீனப்படுத்துபவன், அல்லது மெலியச் செய்பவன்,
367. 440.	நக்ஷத்ரநேமி:	ஆகாயத்தில் செழலும் நட்சத்திர சக்கரத்தின் நடுப்பகுதியாக இருப்பவன்,
368. 441.	நக்ஷத்ரீ:	நட்சத்திரக்கூட்டங்களுக்கு மத்தியில் நிலவாக இருப்பவன்,
369. 994.	நந்தகீ:	ஞானம் மற்றும் மாயையாலான வாளைச் சுமப்பவன்,
370. 528.	நந்தனன்:	பிறரை மகிழ்ச்சியில் நிறைப்பவன்,
371. 529.	நந்தன்:	மகிழ்க்கான காரணங்கள் அனைத்துடன் பெருகுபவன்,
372. 621.	நந்தி:	உயர்ந்த மகிழ்ச்சியைப் பிரதிபலிப்பவன்,

373. 563. நந்தீ:	[அனைத்து வகை செழிப்பிலும் பெருகுபவனாக இருக்கும் விளைவால்] இன்பநிலையாக இருப்பவன்,

374. 399. நயன்:	[ஜீவனிலிருந்து முக்திக்கு] வழிநடத்துபவன்,

375. 246. நரன்	நீரையே தன் இல்லமாகக் கொண்டவன் [அல்லது, அனைத்து உயிரினங்களுக்கும் ஒரே புகலிடமாக இருப்பவன், அல்லது அனைத்து உயிரினங்களின் அறியாமையை அழிப்பவன்].

376. 311. நஹுூஷன்:	அனைத்து உயிரினங்களையும் தன் மாயையால் கலங்கடிப்பவன்,

377. 21. நாரஸிம்மவபு:	சிங்கத்தலையுடன் கூடிய மனித வடிவினன்,

378. 245. நாராயணன்:	அண்ட அழிவின் போது தனக்குள் அனைத்தையும் ஈர்த்துக் கொள்பவன் [அல்லது, தேவர்களுக்கோ, தன்னை வழிபடுபவர்களுக்கோ எதிராக இருப்பவர்களை அழிப்பவன்],

379. 763. நிக்ரஹன்:	ஆசைகள் அனைத்தையும் அடக்கி தன் பகைவர்கள் அனைவரையும் கலங்கடிப்பவன்,

380. 30. நிதிரவ்யயன்:	அண்ட அழிவின்போது அனைத்தும் மூழ்கும் கொள்ளிடமாக இருப்பவன்,

381. 214. நிமிஷன்: சாத்திரங்களினால் அங்கீகரிக்கப்படாத, அல்லது அனுமதிக்கப்படாத செயல்களில் தன் கண்களை ஒருபோதும் செலுத்தாதவன்,

382. 866. நியந்தா: மனிதர்கள் அனைவரையும் அவரவர் கடமைகளில் நிறுவுபவன்,

383. 161. நியமன்: அண்டத்தில் உள்ள உயிரினங்கள் அனைத்தையும் அதனதன் செயல்பாடுகளில் நிறுவுபவன்,

384. 867. நியமன்: தன்னைப் பணியில் நிறுவ எவரும் இல்லாதவன்,

385. 842. நிர்க்குணன்: குணங்களைக் கடந்தவன்,

386. 582. நிர்வாணம்: [துறவின் உடல்வடிவமாக இருப்பதன் விளைவால்] உலகபந்தங்களுக்கு அழிவைத் தருபவன்,

387. 229. நிவ்ருத்தாத்மா: ஆசையில் இருந்து விடுபட்டவனும், ஜீவனையும், ஜீவன் சார்ந்தவற்றையும் நிறுவும் சூழ்நிலைகளைக் கடந்தவனுமான ஒருவன்,

388. 452. நிவ்ருத்தாத்மா: குணங்கள் அனைத்தையும் கடந்த ஆன்மாவைக் கொண்டவன்,

389. 600. நிவ்ருத்தாத்மா: பற்றுகள் அனைத்தில் இருந்தும் விலகிய ஆன்மா கொண்டவன்,

390. 776. நிவ்ருத்தாத்மா: உலகப் பற்றுகள் அனைத்திலும் இருந்து தொடர்பறுந்த ஆன்மா கொண்டவன்,

391. 588. நிஷ்டாசாந்திபராயணன்   பக்தி மற்றும் ஆன்ம
                                                அமைதிக்ககான புகலிடமாக
                                                இருப்பவன்,

392. 222. நேதா:   அண்டத்தின் இயக்கங்கள்
                                                அனைத்தையும்
                                                நிறைவேற்றுபவன்,

393. 398. நேயன்:   ஜீவனின் வடிவில் இருந்து
                                                கொண்டு முக்திக்கு
                                                வழிநடத்துபவன்,

394. 469. நைககர்மக்ருத்:   முடிவிலா
                                                எண்ணிக்கையிலான
                                                தொழில்களில் ஈடுபடுபவன்,

395. 891. நைகததன்:   [அறத்திற்காகவும், அறத்தைப்
                                                பாதுகாக்கவும்] மீண்டும்
                                                மீண்டும் பிறப்பவன்,

396. 302. நைகமாயன்:   பல்வேறு வகை
                                                மாயைகளுடன் கூடியவன்
                                                [அதன் மூலம், பல்வேறு
                                                யுகங்களைப் பல்வேறு
                                                வகைச் செயல்களின் மூலம்
                                                வேறுபடுத்திக் காட்டும்
                                                காரணமாக இருப்பவன்],

397. 271. நைகரூபன்:   பல்வேறு வடிவங்களைக்
                                                கொண்டவன்,

398. 728. நைகன்:   [மாயையால்] பலராகத்
                                                தெரிபவன்,

399. 765. நைகஸ்ருங்கன்:   நான்கு கொம்புகளைக்
                                                கொண்டவன்,

400. 468. நைகாத்மா:   முடிவிலா வடிவங்களில்
                                                இருப்பவன்,

401. 824. ந்யக்ரோதன்:   பிற மரங்களுக்கு மேலாக
                                                எப்போதும் வளரும் நெடிய
                                                ஆல மரமாக இருப்பவன்,

402. 561. பகவாந்:   [அரசுரிமை முதலிய] ஆறு குணங்களைக் கொண்டவன்,

403. 562. பகஹா:   [அண்டப் பேரழிவின் போது] ஆறு குணங்களையும் அழிப்பவன்,

404. 738. பக்தவத்ஸலன்   தன்னை வழிபடுபவர்களிடம் அதிக அன்பு கொண்டவன்.

405. 958. பணன்5   அறச்செயல்கள் அனைத்தையும் விதித்தவன்.

406. 734. பதமநுத்தமம்:   உயர்ந்த புகலிடம்,

407. 348. பத்மகர்ப்பன்:   தன்னை வழிபடுபவர்களால் இதயத்தாமரையில் அமர்ந்திருப்பவனாகத் துதிக்கப்படுபவன்,

408. 48. பத்மநாபன்:   தொடக்கக் காலத் தாமரை உதித்த உந்தி கொண்டவன்,

409. 196. பத்மநாபன்:   தாமரைக்கு ஒப்பான உந்தியைக் கொண்டவன் [அல்லது பெரும்பாட்டனான பிரம்மன் பிறந்த ஆதி தாமரையைத் தன் உந்தியில் கொண்டவன்],

410. 346. பத்மநாபன்:   உந்தியில் தொடக்ககாலத் தாமரையைக் கொண்டவன் [அல்லது, தாமரையில் அமர்ந்திருப்பவன்],

411. 345. பத்மநிபேஷணன்   தாமரை இதழ்களுக்கு ஒப்பான கண்களைக் கொண்டவன்.

412. 344. பத்மீ:   தன் கரங்களில் ஒன்றில் தாமரையைக் கொண்டவன்,

413. 116. பப்ரு:   அண்டத்தைத் தாங்குபவன்,

414. 835. பயக்ருத்:   அச்சங்கள் அனைத்தையும் விலக்குபவன்,

415. 836. பயநாசனன்2 — அச்சங்கள் அனைத்தையும் அழிப்பவன்.

416. 935. பயாபஹன்: — அறவோரின் அச்சங்களை அழிப்பவன்,

417. 61. பரப்பூதன்: — அறிவு, வலிமை மற்றும் பிறவகைக் குணங்களில் பெரியவன்,

418. 390. பரமஸ்பஷ்டன்: — வேதங்களில் மகிமைப்படுத்தப்படுபவன்,

419. 11. பரமாத்மா: — உச்சமான உயர்ந்த ஆன்மா,

420. 377. பரமேஸ்வரன்: — அனைத்தையும் ஆளும் பரமன்,

421. 419. பரமேஷ்டி: — தன் மகிமையையும், பலத்தையும் சார்ந்து இதய வெளியில் வசிப்பவன்,

422. 389. பரர்த்தி: — உயர்ந்த பலத்தைக் கொண்டவன்,

423. 420. பரிக்ரஹன்: — [எங்கும் நிறைந்திருப்பதன் விளைவால்] எங்கும் அறியப்படவல்லவன்,

424. 33. பர்த்தா: — உயிரினங்கள் அனைத்தின் செயல்களையும் [மகிழ்ச்சி அல்லது துன்பத்தின் வடிவில்] கனியச் செய்பவன்,

425. 931. பர்யவஸ்திதன்2 — அண்டம் முழுவதும் பரவியிருப்பவன்.

426. 812. பர்ஜந்யன்: — பூமியின் வெப்பத்தைத் தன் மழைப்பொழிவால் தணிக்கும் மழை நிறைந்த மேகத்தைப் போல [சாங்கிய தத்துவத்தில் குறிப்பிடப்பட்டுள்ள] மூன்றுவகைத் துன்பங்களை அழிப்பவன்,

427. 813. பவநன்:   அனைத்து உயிரினங்களையும் தூய்மையடையச் செய்பவன்,

428. 291. பவன்:   தன்னை வழிபடுபவர்களிடம் கருணைப் பார்வையைச் செலுத்தி அவர்களை மீட்பவன்,

429. 63. பவித்ரம்:   தூய்மைப்படுத்துபவன்,

430. 115. பஹுசிரஸ்:   பல தலைகளைக் கொண்டவன்,

431. 125. பாநு:   மாற்றமற்ற ஒளியாகச் சுடர்விடுபவன்,

432. 284. பாநு:   தன்னொளியில் தானே சுடர்விடுபவன்,

433. 992. பாபநாசநன்9   தன்னை வழிபடுபவர்களின் பாவங்களை அழிப்பவன்.

434. 849. பாரப்ருத்:   [ஆனந்தனின் வடிவில்] கனமான சுமைகளைச் சுமப்பவன்,

435. 32. பாவநன்:   விரும்பியது போலப் பிறப்பவன்,

436. 292. பாவநன்:   புனிதமானவர்களை மேலும் புனிதப்படுத்துபவன்,

437. 7. பாவன்:   அனைத்துப் பொருட்களையும் நிலைநிறுத்துபவன்,

438. 282. பாஸ்கரத்யுதி   சூரியனைப்போன்ற சுடர்மிக்கப் பிரகாசத்துடன் கூடியவன்.

439. 584. பிஷக்:   [மருந்தைப் பயன்படுத்தும்] மருத்துவன்,

440. 949. பீமபராக்ரமன்4   பயங்கர ஆற்றலைக் கொண்டவன்.

441. 356. பீமன்:   [சிங்கத்தைக் கொல்லும் விலங்கான] சரபன்,

தீயோரைப் பயங்கரமாகத்
தாக்குபவன்,

442. 948. பீமன்: தீய அசுரர்கள்
அனைவரையும்
அச்சுறுத்துபவன்,

443. 429. பீஜமவ்யயம்: அழிவில்லாத, மாற்றமில்லாத
வித்தாக இருப்பவன்,

444. 111. புண்டரீகாக்ஷன்: தாமரை இதழ்களைப்
போன்ற கண்களைக்
கொண்டவன்,

445. 690. புண்யகீர்த்தி: செய்யும் அனைத்தையும்
அறச்செயல்களாகச்
செய்பவன்,

446. 689. புண்யன்: நினைவுகூரப்பட்ட உடனேயே
பாவங்கள் அனைத்தையும்
அழிப்பவன்,

447. 925. புண்யன்: அறமே ஆனவன்,

448. 922. புண்யஸ்ரவணகீர்த்தநர்1 எவனுடைய பெயர்களும்,
சாதனைகளும்
கேட்கப்படுமோ,
உரைக்கப்படுமோ,
அறத்திற்கு வழிவகுக்குமோ
அவன்.

449. 150. புநர்வஸு பொருட் காரணங்களில்
மீண்டும் மீண்டும்
வசிப்பவன்.

450. 335. புரந்தரன் பகைவரின் நகரங்கள்
அனைத்தையும்
துளைப்பவன்.

451. 498. புராதனன்: பழைமையானவன்,

452. 506. புருஜித்: முடிவிலா எண்ணிக்கையில்
பகைவர்கள் இருந்தாலும்
ஒரு கணப்பொழுதில்
அவர்களை வெல்பவன்,

453. 507. புருஸத்தமன்:   இருப்பிலுள்ளவை
                            அனைத்திலும்
                            முதன்மையான அண்ட
                            வடிவைக் கொண்டவன்,

454. 14. புருஷன்:   உறைக்குள் மறைந்து
                            கிடப்பவன்,

455. 406. புருஷன்:   அனைத்து உடல்களிலும்
                            வசிப்பவன்,

456. 24. புருஷோத்தமன்   புருஷர்களில்
                            முதன்மையானவன்.

457. 193. புஜகோத்தமன்:   பரந்த பூமியைத் தலையில்
                            தாங்கும் சேஷன் அல்லது
                            அனந்தனுடன்
                            அடையாளங்காணப் படுவதன்
                            விளைவால் பாம்புகளில்
                            முதன்மையானவனாக
                            இருப்பவன் [அல்லது, அண்ட
                            அழிவுக்குப் பிறகு பரந்த
                            நீர்ப்பரப்பில்
                            உறங்குவதற்காகப்
                            பாம்புகளின் இளவரசனுடைய
                            தலையைப் படுக்கையாகக்
                            கொள்பவன்],

458. 40. புஷ்கராக்ஷன்:   தாமரைக்கண்ணன்,
459. 559. புஷ்கராக்ஷன்:   இதயத்தாமரையில் தன்
                            உண்மை வடிவத்தை
                            வெளிப்படுத்துபவன்,

460. 392. புஷ்டன்:   எப்போதும் முழுமையாக
                            இருப்பவன்,

461. 952. புஷ்பஹாஸன்:   மலரைக் காண்பதைப் போல
                            ஏற்புடைய இனிய புன்னகை
                            கொண்டவன் [அல்லது,
                            மலர்களின் வடிவில்
                            புன்னகைப்பவன்],

462. 437. பூ:   பிறப்பற்றவன்,

463. 71. பூகர்ப்பன்:   பூமியை வயிறாக்
கொண்டவன்,

464. 631. பூசயன்:   [ராமனின் வடிவில்]
வெறுந்தரையில் கிடந்தவன்,

465. 5. பூதக்ருத்:   இருப்பிலுள்ள அனைத்துப்
பொருட்களையும்
படைப்பவன்,

466. 4. பூதபவ்யபவத்ப்ரபு: கடந்த காலம், நிகழ் காலம்
மற்றும் எதிர்காலம்
ஆகியவற்றின் தலைவன்,

467. 290. பூதபவ்யபவந்நாதன்: கடந்த காலம், நிகழ்காலம்,
எதிர்காலமென அனைத்துக்
காலங்களிலும் உயிரினங்கள்
அனைத்தாலும்
வேண்டப்படுபவன்,

468. 9. பூதபாவநன்   அனைத்துப் பொருட்களையும்
தோற்றுவித்தவன்.

469. 6. பூதப்ருத்:   இருப்பிலுள்ள அனைத்துப்
பொருட்களையும்
அழிப்பவன்,

470. 489. பூதமஹேஸ்வரன்: யமன் மற்றும் அதே
பலத்தைக் கொண்ட பிறரை
ஆள்பவன்,

471. 29. பூதாதி:   அனைத்தின் தொடக்கமாக
இருப்பவன்,

472. 8. பூதாத்மா:   அனைத்துப் பொருட்களின்
ஆன்மாவாக இருப்பவன்,

473. 10. பூதாத்மா:   தூய ஆன்மா கொண்டவன்,

474. 710. பூதாவாஸன்:   படைக்கப்பட்ட அனைத்துப்
பொருட்களுக்கும்
வசிப்பிடமாக இருப்பவன்,

475. 633. பூதி:   பலத்தின் சுயமாக
இருப்பவன்,

476. 688. பூரயிதா: அனைத்து வகை செழிப்பாலும் பிறரை நிறைப்பவன்,

477. 502. பூரிதகூஷிணன் தன்னால் செய்யப்பட்ட மகத்தான வேள்வியில் அபரிமிதமான கொடைகளை அனைவருக்கும் வழங்கியவன்.

478. 687. பூர்ணன்: அனைத்து வகையிலும் முழுமையானவன்,

479. 942. பூர்ப்புவன்: பூமி மற்றும் காரணங்கள் அனைத்தின் கொள்ளிடம்,

480. 967. பூர்ப்புவஸ்வஸ்தரு: பூ, புவ, ஸ்வ மற்றும் செய்யப்படும் பிற ஹோம காணிக்கைகளின் புனித அசைகளின் விளைவால் அண்டத்தைக் காப்பவன்,

481. 632. பூஷணன்: [தன் அவதாரங்களின் மூலம்] பூமியை அலங்கரிப்பவன்,

482. 916. பேசலன்: எண்ணம், சொல் மற்றும் செயலின் மூலம் அனைத்துச் செயல்களையும் நிறைவேற்றுவதில் திறன் படைத்தவன்,

483. 583. பேஷஜம்: [நோயைச் சீராக்கப் பயன்படும்] மருந்தாக இருப்பவன்,

484. 144. போக்தா: நல்லோரைப் பேணிவளர்ப்பவன்,

485. 500. போக்தா: [ஜீவனின் வடிவில் இன்ப துன்பங்களை] அனுபவிப்பவன்,

486. 889. போக்தா: மனத்தின் வடிவில் பிரகிருதியை அனுபவிப்பவன்,

487. 143. போஜநன்: உணவுக்கொடையாளி,

488. 274. ப்ரகாசநன் அனைத்துப் பொருளும் வெளிப்படும் காரணன்.

489. 276. ப்ரகாசாத்மா: தன்னை வழிபடுபவர்களுக்குக் காணத்தக்க வடிவங்களில் தன்னை வெளிப்படுத்திக் கொள்பவன்,

490. 762. ப்ரக்ரஹன்: தன்னை வழிபடுபவர்களால் அளிக்கப்படும் மலர் மற்றும் இலை காணிக்கைகளை ஏற்பவன்,

491. 409. ப்ரணமன்: அனைவராலும் மதிப்புடன் வணங்கப்படுபவன்,

492. 957. ப்ரணவன்: தொடக்க அசையான ஓம் ஆக இருப்பவன்,

493. 60. ப்ரதர்த்தநன்: அண்ட அழிவின் போது அனைத்து உயிரினங்களையும் கொல்பவன்,

494. 20. ப்ரதாநபுருஷேஸ்வரன்: பிரதானம் [அல்லது பிரகிருதி] மற்றும் புருஷன் ஆகிய இரண்டின் தலைவன்,

495. 277. ப்ரதாபநன்: எரியும் சக்தியால் அறமற்றவர்களை எரிப்பவன்,

496. 319. ப்ரதிதன்: [தன் சாதனைகளின் விளைவால்] பெரும் புகழைக் கொண்டவன்,

497. 326. ப்ரதிஷ்டிதன் தன் மகிமையில் நிறுவப்பட்டவன்.

498. 93. ப்ரத்யயன்: திட நம்பிக்கையின் உடல்வடிவமாக இருப்பவன்,

499. 643. ப்ரத்யும்நன்: பெருஞ்செல்வம் கொண்டவன்,

500. 34. ப்ரபவன்: அனைத்துப் பொருட்களையும் தாங்கிப் பிடிப்பவன்,

501. 970. ப்ரபிதாமஹன்: பெரும்பாட்டனுக்கே [பிரம்மனுக்கே] தந்தையாக இருப்பவன்,

502. 35. ப்ரபு: அடிப்படை பூதங்கள் அனைத்தும் உண்டாகும் மூலமாக இருப்பவன், பலமிக்கவன்,

503. 299. ப்ரபு அனைத்துச் செயல்களையும் நிறைவேற்றும் திறன் கொண்டவன்.

504. 428. ப்ரமாணன்: சான்றுப் பொருளாக இருப்பவன்,

505. 959. ப்ரமாணன்: பரமாத்மாவைக் குறித்த உண்மையை வெளிப்படுத்துபவன்,

506. 526. ப்ரமோதன்: தன்னைத் தியானிப்பவர்களுக்கு மகிழ்ச்சியளிப்பவன்,

507. 666. ப்ரம்ம: [பெரும்பாட்டன்] பிரமனின் வடிவத்தில் இருப்பவன்,

508. 665. ப்ரம்மக்ருத்ப்ரம்மா: தவங்களைப் படைத்தவனும், தவமுமாக இருப்பவன்,

509. 664. ப்ரம்மண்யன்: மந்திரங்கள், வேள்விகள், வேதங்கள் மற்றும் அறச்சடங்குகள் அனைத்திலும் முதன்மையானவன்,

510. 668. ப்ரம்மவித்: பிரம்மத்தை அறிந்தவன்,

511. 667. ப்ரம்மவிவர்த்தநன்: தவங்களைப் பெருகச் செய்பவன்,

512. 671. ப்ரம்மஜ்ஞன்: வேதங்கள் அனைத்தையும், அண்டத்தில் உள்ள அனைத்தையும் அறிந்தவன்,

513. 670. ப்ரம்மீ: பிரம்மம் என்றழைக்கப்படுபவன்,

514. 953. ப்ரஜாகரன்: எப்போதும் விழிப்புநிறைந்தவனாக இருப்பவன்,

515. 69. ப்ரஜாபதி: உயிரினங்களின் தலைவர்களாகக் கருதப்படுவோர் அனைவரிலும் முதன்மையானவன்,

516. 197. ப்ரஜாபதி அனைத்து உயிரினங்களின் தலைவனாக இருப்பவன்.

517. 89. ப்ரஜாபவன்: அனைத்துப் பொருட்களின் பிறப்பிடமாக இருப்பவன்,

518. 238. ப்ரஸந்நாத்மா: ரஜஸ் [ஆசை] மற்றும் தமோ [இருள்] குணங்களிலிருந்து விடுபட்டு களங்கமற்ற சத்வ குணத்துடன் தூய நிலையில் இருப்பவன் [அல்லது, தன் விருப்பங்கள் அனைத்தும் கனியும் நிலையை அடைந்தவன்],

519. 847. ப்ராக்வம்சன்: தற்செயலான உலகங்களைச் சார்ந்த மக்களைத் தன் வழித்தோன்றல்களாகக் கொண்டவன்,

520. 66. ப்ராணதப்ரானன்:: செயல்படுவதற்கான உயிர்மூச்சை உண்டாக்குபவன்,

521. 321. ப்ராணதன்: உயிரைக் கொடுப்பவன்,

522. 408. ப்ராணதன்: அண்டப் பேரழிவின் போது அழித்த உயிரினங்கள் அனைத்தையும் படைப்பவன்,

523. 956. ப்ராணதன்: [பரீக்ஷித் மற்றும் பிறரின் வழக்கில் நேர்ந்தது போல்] இறந்தோரை மீட்பவன்,

524. 961. ப்ராணத்ருத்: உயிரினங்களின் வாழ்வை ஆதரிக்கும் உணவாக இருப்பவன்,

525. 960. ப்ராணநிலயன்: ஐந்து மூச்சுக்காற்றுகள் மற்றும் ஐம்புலன்களின் வசிப்பிடமாக இருப்பவன்,

526. 320. ப்ராணன்: [நீக்கமற நிறைந்திருப்பதன் விளைவால்] உயிரினங்கள் அனைத்தையும் வாழச் செய்பவன்,

527. 407. ப்ராணன்: க்ஷேத்ரஜ்ஞனின் வடிவில் இருந்து கொண்டு அனைத்து உயிரினங்களையும் செயல்படச் செய்பவன்,

528. 962. ப்ராணஜீவநன்: பிராணன் என்றழைக்கப்படும் உயிர் மூச்சின் துணையுடன் உயிரினங்கள் அனைத்தையும் வாழச் செய்பவன்,

529. 153. ப்ராம்சு: நெடியவன் [பலியின் வேள்வியில் மூன்று அடிகளால் சொர்க்கம் பூமி மற்றும் பாதாள லோகங்களை மறைப்பதற்குப் பெரும் அண்ட வடிவம்],

530. 672. ப்ராம்மணப்ரியன் பிராமணர்களைப் பிடித்தவனாகவும் பிராமணர்களுக்குப்

பிடித்தமானவனாகவும்
எப்போதும் இருப்பவன்.

531. 669. ப்ராம்மணன்: பிராமண வடிவத்தில்
இருப்பவன்,

532. 142. ப்ராஜிஷ்ணு: பிரகாசத்தால் சுடர்விடுபவன்,

533. 876. ப்ரியக்ருத்: அனைவருக்கும் நல்லது
செய்பவன்,

534. 874. ப்ரியார்ஹன்: தன்னை வழிபடுபவர்கள்
அளிக்கும் அனைத்து வகைப்
பொருட்களுக்கும் தகுந்தவன்,

535. 877. ப்ரீதிவர்த்தனன்6 அனைவரின் மகிழ்ச்சியையும்
பெருக்குபவன்.

536. 410. ப்ருது: மொத்த அண்டத்திலும்
விரிந்திருப்பவன்,

537. 838. ப்ருஹத்: மிகப் பெரியவன்,

538. 333. ப்ருஹத்பானு: இயல்புக்குமீறிய வகையில்
ஒளிர்பவன்,

539. 272. ப்ருஹத்ரூபன்: பெரும் வடிவம் படைத்தவன்,

540. 64. மங்களம்பரம் மங்கலம் நிறைந்த
உயர்ந்தவன்.

541. 168. மது: [தன்னைச் சுவைப்பதில்
வெல்பவர்களுகுக அவன்
கொடுக்கும் இன்பத்தின்
விளைவால்] தேனாக
இருப்பவன்,

542. 73. மதுஸூதனன் மதுவைக் கொன்றவன்.

543. 51. மநு: மந்திரமாக இருப்பவன்,

544. 692. மநோஜவன்: மனோ வேகம் கொண்டவன்,

545. 280. மந்த்ரன்: சாம, ரிக் மற்றும் யஜுஸ்
[வேதங்களின்] வடிவில்
இருப்பவன்,

546. 189. மரீசி: சுடர்மிக்கப் பிரகாசம்
நிறைந்தவன்,

547. 461. மனோஹரன்: அனைத்து உயிரினங்களையும் மகிழ்ச்சியில் நிறைப்பவன்,

548. 350. மஹர்த்தி: அனைத்து வகைப் பலன்களையும் கொண்டவன்,

549. 532. மஹர்ஷி: [வேதங்களை மொத்தமாக அறிந்து வைத்திருக்கும்] முனிவர்களில் முதல்வன்,

550. 41. மஹாஸ்வநன்: உரத்த குரல் கொண்டவன்,

551. 806. மஹாகர்த்தன்: ஆழ்ந்த படுகுழியாக இருப்பவன்,

552. 674. மஹாகர்மா: பெருஞ்செயல்களைச் செய்பவன்,

553. 789. மஹாகர்மா: பெருஞ்செயல் புரிபவன்,

554. 432. மஹாகோசன்: [அண்டத்தை மறைக்கும்] பெரும் உறையாக இருப்பவன்,

555. 677. மஹாக்ரது: வேள்விகள் அனைத்திலும் முதன்மையானவன்,

556. 673. மஹோக்ரமன்: பெரும்பகுதிகளை மறைக்கவல்ல காலடித்தடங்களைக் கொண்டவன்,

557. 353. மஹாக்ஷன்: பெரிய கண்களைக் கொண்டவன்,

558. 175. மஹாசக்தி: திறனில் அனைவரையும் கடந்திருப்பவன்,

559. 303. மஹாசநன்: [ஒவ்வொரு கல்பத்தின் முடிவிலும் அனைத்தையும் விழுங்குவதன் விளைவால்] உண்பவர்களில் பெரியவன்,

560. 122. மஹோதபஸ் அண்டத்தில் உண்டாகி வெளிவரும் பிருக்ருதியைக் கலங்கடிக்க இயன்ற

குறியீடுகளைக் கொண்ட
தேவங்களின் அறிவைக்
கொண்டவன்.

561. 434. மஹாதனன்   [விருப்பத்திற்குரிய
பொருட்கள் னைத்தையும்
அடையவதற்குரிய]
பெருஞ்செல்வம்
கொண்டவன்.

562. 491. மஹாதேவன்:   அனைத்து நிலைகளையும்
கைவிட்டு தன் மகிமையில்
தானே இருப்பவன்,

563. 675. மஹாதேஜஸ்:   பெருஞ்சக்தி கொண்டவன்,

564. 176. மஹாத்யுதி:   தன் உடலில் இருந்து
வெளிப்படும் பிரகாசத்தின்
மூலம் அண்டத்தைக்
காண்பவன்,

565. 180. மஹாத்ரித்ருத்   பெருங்கடலில்
மறைந்திருக்கும்
மதிப்புமிக்கப் பொருட்களை
அடைவதற்காகத்
தேவர்களும், அசுரர்களும்
பெருங்கடலைக் கடைவதில்
தங்களை ஈடுபடுத்திக்
கொண்டிருந்தபோது, பெரும்
ஆமையின் வடிவில் பெரும்
மந்தர மலையைத் தன்
முதுகில் தாங்கியவன்
[அல்லது, அனைத்தையும்
மூழ்கடித்துவிடும்
நோக்கத்துடன் பல நாட்கள்
இடையறாமல் மழையைப்
பொழிந்த இருந்திரனின்
கோபத்தில் இருந்து
பிருந்தாவனம் என்ற இனிய

இடத்தில் வசித்தோரைப் பாதுகாக்க கோவர்த்தன மலையை உயரத் தூக்கியவன்].

566. 808. மஹாநிதி — அடிப்படை பூதங்கள் அனைத்தையும் தனக்குள் நிறுவிக் கொண்டவன்.

567. 843. மஹாந்: — மிகச்சிறந்தன்,

568. 172. மஹாபலன் — பலத்தில் அனைவரையும் கடந்திருப்பவன்.

569. 370. மஹாபாகன்: — வழிபடத்தகுந்தவை அனைத்திலும் முதன்மையானவன்,

570. 173. மஹாபுத்தி: — புத்தியில் அனைவரையும் கடந்திருப்பவன்,

571. 807. மஹாபூதன்: — காலத்தின் ஆதிக்கத்தைக் கடந்தவன்,

572. 433. மஹாபோகன்: — அனுபவிக்கத்தகுந்த அனைத்து வகைப் பொருட்களையும் கொண்டவன்,

573. 439. மஹாமகன்: — வேள்வியின் பெரும் உடல்வடிவம்,

574. 560. மஹாமநஸ் — மனச்சாதனையின் மூலமே படைத்து, காத்து, அழிப்பவன்.

575. 170. மஹாமாயன்: — [மஹாதேவனையும், தேவர்களையும் பல நிகழ்வுகளில் வஞ்சித்ததன் விளைவால்] பெரும் மாய சக்திகளைக் கொண்டவன்,

576. 720. மஹாமூர்த்தி: — பெருவடிவம் கொண்டவன்,

577. 679. மஹாயஜ்ஞன்: — வேள்விகளில் முதன்மையான ஜபமாக இருப்பவன்,

578. 678. மஹாயஜ்வா: வேள்வி செய்பவர்கள்
அனைவரிலும்
முதன்மையானவன்,

579. 523. மஹார்ஹன்: அதிகம் துதிக்கப்படுபவன்,
580. 540. மஹாவராஹன்: பெரும்பன்றியானவன்,
581. 174. மஹாவீர்யன்: வலிமையில் அனைவரையும்
கடந்திருப்பவன்,

582. 538. மஹாஸ்ருங்கன்: [அண்டப் பேரழிவின் போது,
மனுவின் படகைத் தன்
கொம்புகளில் கட்டி
இழுத்துச்சென்ற மீன்
வடிவில் இருந்த போது]
பெரும் கொம்புகளைக்
கொண்டவன்,

583. 680. மஹாஹவிஸ் வேள்விகளில் அளிக்கப்படும்
காணிக்கைகள் அனைத்திலும்
முதன்மையானவன்.

584. 805. மஹாஹ்ரதன்: ஆழமான தடாகமாக
இருப்பவன்,

585. 369. மஹீதரன்: மலைகளின் வடிவில்
பூமியைத் தாங்குபவன்,

586. 317. மஹீதரன் பூமியை நிலைநிறுத்துபவன்.
587. 182. மஹீபர்த்தா: மூழ்கியிருந்த பூமியை
வலிமைமிக்கப் பன்றியின்
வடிவத்தை ஏற்று
உயர்த்தியவன்,

588. 268. மஹேந்த்ரன்: அண்டத்தலைவர்கள்
அனைவரின் தலைவன்,

589. 447. மஹேஜ்யன்: மனிதர்கள் செய்யும்
வேள்விகளில் இருக்கும்
தேவர்கள் அனைவரிலும்
மிகவும்
துதிக்கப்படத்தகுந்தவன்,

590. 181. மஹேஷ்வாஸன்: அனைத்து வகைத்
தடைகளையும் துளைக்கும்
வகையில் பெரும்
தொலைவுக்குத் தன்
கணைகளை ஏவவல்லவன்,

591. 520. மஹோததிசயன்: அண்டப் பேரழிவின் போது,
பெரும் நீர்ப்பரப்பில்
கிடப்பவன்.

592. 171. மஹோத்ஸாஹன்: [வலிமைமிக்கச்
சாதனைகளைச் செய்வதில்]
பெரும் சக்தியை
வெளிப்படுத்துபவன்,

593. 676. மஹோரகன்: பாம்புகளின் மன்னான
வாசுகியுடன்
அடையாளங்காணப்படுபவன்,

594. 72. மாதவன்: ஸ்ரீ அல்லது லட்சுமியின்
தலைவன்,

595. 167. மாதவன்: தேவாசுரர்களால்
கடையப்பட்டபோது
பெருங்கடலில் இருந்து
உதித்த லக்ஷ்மியின்
தலைவன் [அல்லது, செழிப்பு
மற்றும் கல்விக்குரிய
தேவிகள் இருவரையும்
பேணி வளர்ப்பவன்],

596. 737. மாதவன்: மது குலத்தில் பிறந்தவன்,

597. 750. மாந்தன்: தன்னை
வழிபடுபவர்களுக்குக்
கௌரவங்களை அளிப்பவன்,

598. 751. மாந்யன்: அனைவராலும்
மதிக்கப்படுபவன்,

599. 365. மார்கென்: அறவோர் தேடும் பொருளாக
இருப்பவன்,

600. 397. மார்க்கன்: குறையற்ற பாதையாக
இருப்பவன்,

601. 516. முகுந்தன்: முக்தியை அளிப்பவன்,

602. 12. முக்தாநாம்பரமாகதி: விடுதலையடைந்த
[முக்தியடைந்த] மனிதர்கள்
அனைவரின் உயர்ந்த
புகலிடமாக இருப்பவன்,

603. 755. மேதஜன்: வேள்வியில் பிறந்தவன்,

604. 77. மேதாவீ: ஆய்வுகள் அனைத்தின்
உள்ளடக்கத்தையும்
மனத்தில் கொள்ளவல்லவன்,

605. 535. மேதிநீபதி: பூமியை ஆள்பவன்,

606. 707. யதுரேஷ்டன்: யாதவர்களில்
முதன்மையானவன்,

607. 732. யத்: இவையாவுமாக இருப்பவன்,

608. 868. யமன்5 தன்னைக் கொல்ல யமன்
எவனும் இல்லாதவன்.

609. 162. யமன் அனைத்து உயிரினங்களின்
இதயங்களையும்
கட்டுப்படுத்துபவன்.

610. 982. யஜ்ஞுகுஹ்யன்: பலனில் விருப்பமின்றிச்
செய்யப்படும் வேள்விகளோடு
அடையாளங்காணப்
படுபவன்,

611. 977. யஜ்ஞுக்ருத்: வேள்விகளைப் படைத்தவன்,

612. 972. யஜ்ஞுபதி: [வேள்விகளில் துதிக்கப்படும்
பெருந்தேவனாக அவனே
இருப்பதால்] வேள்விகள்
அனைத்தின் தலைவன்,

613. 979. யஜ்ஞுபுக்: வேள்விகள் அனைத்தின்
வெகுமதிகளையும்
அனுமதிப்பவன்,

614. 976. யஜ்ஞுப்ருத்: வேள்விகளைப்
பாதுகாப்பவன்,

615. 975. யஜ்ஞவாஹநன்7   வேள்விகள் அனைத்தையும் நிலைநிறுத்துபவன்.

616. 445. யஜ்ஞன்:   அனைத்து வேள்விகளின் உடல்வடிவமாக இருப்பவன்,

617. 971. யஜ்ஞன்:   வேள்வியின் வடிவில் இருப்பவன்,

618. 980. யஜ்ஞஸாதநன்:   வேள்விகள் அனைத்தையும் நிறைவேறச் செய்பவன்,

619. 974. யஜ்ஞாங்கன்:   வேள்விகளையே தன் அங்கங்களாகக் கொண்டவன்,

620. 981. யஜ்ஞாந்தக்ருத்:   வேள்விகளின் இறுதியில் ஆகுதிகள் முழுமையையும் ஏற்றுக் கொள்வதன் மூலம் அவை அனைத்தையும் நிறைவடையச் செய்பவன்,

621. 978. யஜ்ஞீ:   வேள்விகள் செய்பவர்கள் அனைவரிலும் முதன்மையானவன்,

622. 973. யஜ்வா:   வேள்வி செய்பவன்,

623. 300. யுகாதிக்ருத்:   நான்கு யுகங்களையும் நடைமுறையில் தொடங்கச் செய்பவன்,

624. 301. யுகாவர்த்தன்:   யுகங்களைத் தொடர்ச்சியாகச் சக்கரமாகச் சுழலச் செய்பவன்,

625. 19. யோகவிதாம்நேதா:   யோகம் அறிந்தோர் அனைவருக்குமான வழிகாட்டி அல்லது தலைவன்,

626. 18. யோகன்:   யோக தியானத்தின் போது மனம் ஓயும் இடமாக இருப்பவன்,

627. 851. யோகீ:   யோகத்தில் அர்ப்பணிப்புள்ளவன்,

628. 852. யோகீசன்: யோகியர் அனைவரின்
தலைவன்,

629. 928. ரக்ஷணன்: சத்வ குணத்தில் இருந்து
அண்டத்தைப் பாதுகாப்பவன்,

630. 686. ரணப்ரியன்: [தீமையான அனைத்துடனும்]
போரிட விரும்புபவன்,

631. 998. ரதாங்கபாணி: தேர்ச்சக்கரத்தை ஆயுதமாகக்
கொண்டவன்,

632. 473. ரத்நகர்ப்பன்: பரந்திருக்கும் பெருங்கடலின்
வடிவில் தன் வயிற்றில்
ரத்தினங்கள் அனைத்தையும்
கொண்டிருப்பவன்,

633. 795. ரத்நநாபன்: உந்தியில் விலைமதிப்புமிக்க
ரத்தினங்களைக்
கொண்டவன்,

634. 882. ரவி: எங்கும் வசிப்பவன்,

635. 886. ரவிலோசனன்7 சூரியனை கண்ணாகக்
கொண்டவன்.

636. 394. ராமன்: யோகிகள் அனைவரையும்
மகிழ்ச்சியில் நிறைப்பவன்,

637. 945. ருசிராங்கதன்: அழகிய கங்கணங்களால்
அலங்கரிக்கப்பட்டவன்,

638. 416. ருது: பருவ காலங்களுடன்
அடையாளம்
காணப்படுபவன்,

639. 278. ருத்தன்: [வளம் முதலிய] ஆறு
வகைக் குணங்களின் வளம்
கொண்டவன்,

640. 351. ருத்தன்: ஐந்து அடிப்படை பூதங்களின்
வடிவில் வளர்பவன்,

641. 114. ருத்ரன்: அனைத்து
உயிரினங்களையும் [அல்லது
அவற்றின் துன்பங்களை]
அழிப்பவன்,

642. 364. ரோஹிதன்:
செவ்வண்ணம் ஏற்பவன் [அல்லது, தன்னை வழிபடுபவர்களின் எதிரிகளிடம் கோபம் நிறைந்தவன்],

643. 361. லக்ஷ்மீவாந்:
எப்போதும் செழிப்பு அமர்ந்திருக்கும் மார்பைக் கொண்டவன்,

644. 943. லக்ஷ்மீ:
செழிப்பின் தேவியை எப்போதும் தன் புறத்தில் கொண்டவன்,

645. 617. லோகத்ரயாஸ்ரயன்
மூவுலகங்களின் புகலிடமாக இருப்பவன்.

646. 736. லோகநாதன்:
அனைவராலும் விரும்பப்படுபவன்,

647. 735. லோகபந்து:
பொருட்காரணங்களுக்கு ஜீவனை அடைப்பவன்,

648. 785. லோகஸாரங்கன்:
அண்டத்தில் உள்ள அனைத்தின் சாரமாக இருப்பவன்,

649. 752. லோகஸ்வாமீ:
மூவுலகங்களின் தலைவன்,

650. 895. லோகாதிஷ்டானன்:
அண்டம் நிலைக்கும் அடித்தளமாக இருப்பவன்,

651. 134. லோகாத்யக்ஷன்:
உலகங்கள் அனைத்திலும் ஆளுமை கொண்டவன்,

652. 59. லோஹிதாக்ஷன்:
சிவந்த கண்களைக் கொண்டவன்,

653. 470. வத்ஸரன்:
அனைத்திலும் வாழ்பவன்,

654. 471. வத்ஸலன்:
தன்னை வழிபடுபவர்கள் அனைவரிடமும் முழு அன்பைக் கொண்டவன்,

655. 472. வத்ஸீ:
[அனைத்து உயிரினங்களும் அவனிடம் இருந்து உண்டான கன்றுகளாக

இருப்பதன் விளைவால்]
அண்டத்தின் தந்தையாக
இருப்பவன்,

656. 564. வநமாலி:
[வைஜயந்தம்
என்றழைக்கப்படும்]
வெற்றிமாலையால்
அலங்கரிக்கப்படுபவன்,

657. 848. வம்சவர்த்தநன்3
ஐந்து அடிப்படை பூதங்கள்
உள்ளடங்கிய படைப்பைச்
செய்பவன்.

658. 330. வரதன்:
வேண்டுவோர் விரும்பும்
வரங்களைக் கொடுப்பவன்,

659. 741. வராங்கன்:
அழகிய அங்கங்களைக்
கொண்டவன்,

660. 121. வராரோஹன்:
அழகிய அங்கங்களைக்
கொண்டவன் [அல்லது
சிறந்த செயல்களைச்
செய்பவர்களுக்கு எழுச்சி
தருபவன்],

661. 556. வருணன்:
வருணன்,

662. 261. வர்த்தநன்:
[தன்னை வழிபடுபவர்களைப்]
பெருக்குபவன்,

663. 262. வர்த்தமாநன்:
பெரும் அண்டமாகப் பரவத்
தன்னைப் பரப்பிக்
கொள்பவன்,

664. 104. வஸு:
வசுக்கள் என்றழைக்கப்படும்
தேவர்களுக்கு மத்தியில்
பாவகனாக இருப்பவன்
[அல்லது தன்னை
வழிபடுபவர்களிடம்
வசிப்பவன்],

665. 270. வஸு:
தன் பலத்தில் தானே
வசிப்பவன்,

666. 698. வஸு: அனைத்துயிரினங்களும் வசிக்கும் இடமாக இருப்பவன்,

667. 269. வஸுதன்: செல்வத்தைக் கொடுப்பவன்,

668. 695. வஸுப்ரதன்: [கருவூலத் தலைவனான குபேரனாக] செல்வத்தை வழங்குபவன்,

669. 696. வஸுப்ரதன்: அசுரர்களின் செல்வத்தை அழிப்பவன்,

670. 105. வஸுமனஸ்: கோபம், வெறுப்பு, செருக்கு மற்றும் பிற தீய உணர்வுகளில் இருந்து விடுபட்டிருக்கும் தயாள ஆன்மா கொண்டவன்,

671. 699. வஸுமனஸ்: அனைத்துப் பொருட்களிலும் வசிக்கும் மனத்தைக் கொண்டவன்,

672. 694. வஸுரேதஸ்: பொன்னையே உயிர்வித்தாகக் கொண்டவன்,

673. 3. வஷட்காரன்: வேள்வி ஆகுதிகள் அனைத்தும் ஊற்றப்படும் இடமாக இருப்பவன்,

674. 234. வஹ்நி: தொடக்கமில்லாதவன் [அல்லது நிலையான வசிப்பிடம் இல்லாதவன்],

675. 267. வாக்மீ: பிரம்மன் என்றழைக்கப்படும் ஒலிகள் பாய்ந்த இடமாக இருப்பவன் [அல்லது வேதமாக இருப்பவன்],

676. 217. வாசஸ்பதி: வாக்கின் தலைவன்,

677. 577. வாசஸ்பதி: வாக்கு அல்லது கல்வியை ஆள்பவன்,

678. 152. வாமனன்: [மூவுலகங்களின் ஆட்சி உரிமையில் இருந்து அசுர

மன்னன் பலியை வஞ்சித்து,
அதையே இந்திரனுக்குக்
கொடுப்பதற்காகக் கசியபரின்
மனைவியான அதிதியிடம்]
குள்ளனாகப் பிறந்தவன்,

679. 414. வாயு:
இனிய நறுமணங்களைப்
பரவச் செய்பவன்,

680. 331. வாயுவாஹநன்:
காற்றை வீசச் செய்பவன்,

681. 858. வாயுவாஹநன்4
காற்றை வீசச் செய்பவன்.

682. 557. வாருணன்:
[வசிஷ்டர் அல்லது
அகஸ்தியரின் வடிவில்]
வருணனின் மகனாக
இருப்பவன்,

683. 798. வாஜஸநி:
உணவுக் கொடையாளி,

684. 322. வாஸவாநுஜன்:
[உபேந்திரனின் வடிவத்தில்
அல்லது குள்ள வடிவத்தில்
உள்ள] வாசவனின் தம்பி,

685. 332. வாஸுதேவன்:
வசுதேவரின் மகன் [அல்லது,
அண்டத்தைத் தன்
மாயைகளில் மறைத்து,
அதன் மத்தியில்
விளையாடிக்
கொண்டிருப்பவன்],

686. 697. வாஸுதேவன்:
வசுதேவரின் மகன்,

687. 711. வாஸுதேவன்:
அண்டத்தைத் தன்
மாயையால் நிறைக்கும்
தேவன்,

688. 381. விகர்த்தா:
அண்டத்தில்
பன்முகத்தன்மையை
விதிப்பவன்,

689. 78. விக்ரமன்:
கருடனைச் செலுத்திக்
கொண்டு அண்டத்தில்
திரிபவன்,

690. 75. விக்ரமீ:
பேராற்றல் கொண்டவன்,

691. 909. விக்ரமீ: பேராற்றல் கொண்டவன்,

692. 363. விக்ஷரன்: அழிவைக் கடந்தவன்,

693. 249. விசிஷ்டன்: அனைவருக்கும் மேலான புகழைப் பெற்றவன்,

694. 639. விசுத்தாத்மா: தூய ஆன்மா கொண்டவன்,

695. 634. விசோகன்: துன்பங்கள் அனைத்தையும் கடந்தவன்,

696. 640. விசோதநன்: தன்னைக் குறித்துக் கேட்பவர் அனைவரையும் தூய்மையடையச் செய்பவன்,

697. 44. விதாதா: செயல்கள் மற்றும் அவற்றின் கனிகள் அனைத்தையும் விதிப்பவன்,

698. 484. விதாதா: [சேஷன், கருடன் முதலிய வலிமைமிக்கப் பெரும் உயிரினங்களை] விதிப்பவன்,

699. 464. விதாரணன் அறமற்றோரைக் கிழித்தெறிபவன்.

700. 938. விதிசன்: பல்வேறு வகையில் தகுந்த செயல்களைச் செய்தோருக்கு பல்வேறு வகையான கனிகளை அளிப்பவன்,

701. 624. விதேயாத்மா: மேன்மையான வேறு எவனாலும் ஆளப்படாத ஆன்மா கொண்டவன்,

702. 920. வித்வத்தமன்: ஞானியர் அனைவரிலும் முதன்மையானவன்,

703. 508. விநயன்: தண்டிப்பவன்,

704. 514. விநயிதா: தன் உயிரினங்கள் அனைத்தையும் நேரடி பார்வையில் உள்ள பொருட்களாகக் காண்பவன்,

705. 92. வியாளன்: [பிடிக்கப்பட முடியாதவனாக இருப்பதால்] பாம்பாக இருப்பவன்,

706. 396. விரதன்: ,

707. 395. விராமன்: [அண்ட அழிவின் போது அனைத்தும் அவனிடமே கலப்பதால்] அனைத்து உயிரினங்களின் கதியாக இருப்பவன்,

708. 112. விருஷகர்மா: அறத்தின் மூலம் எப்போதும் தனிச்சிறப்புடன் கூடிய செயல்களைச் செய்பவன்,

709. 883. விரோசநன்: பெரும்பலம் கொண்டவன்,

710. 263. விவிக்தன்: அனைத்திலிருந்தும் [அவற்றில் ஊடுருவாமல்] தனித்து இருப்பவன்,

711. 623. விஜிதாத்மா: ஆன்மாவை வென்றவன்,

712. 426. விஸ்தாரன்: மொத்த அண்டமும் படர்ந்திருக்கும் இடமாக இருப்பவன்,

713. 424. விஸ்ராமன்: அனைத்துச் செயல்களையும் நிறைவேற்றும் திறமை கொண்டவன்,

714. 207. விஸ்ருதாத்மா: உண்மை ஞானத்தையே தன் அடையாளமாகக் கொண்ட ஆன்மா [அல்லது கருணையும், பிற இனிய குணங்களையும் கொண்ட ராமனின் வடிவை ஏற்றுத் தேவர்களின் பகைவனான ராவணனை அழித்தவன்],

715. 50. விஸ்வகர்மா: அண்டத் தச்சன்,

716. 425. விஸ்வதக்ஷிணன் பிறரைவிட அதிகத் திறன் கொண்டவன்.

717. 316. விஸ்வபாஹு: அண்டத்தையே தன் கரங்களில் தாங்குபவன்,

718. 240. விஸ்வபுக்விபு: அண்டத்திற்கு உணவளிப்பவன் [அல்லது அஃதை அனுபவிப்பவன்],

719. 719. விஸ்வமூர்த்தி: அண்டவடிவம் கொண்டவன்,

720. 1. விஸ்வம்: தன்னையும் தவிர அனைத்துப் பொருட்களிலும் நுழைந்திருப்பவன்,

721. 117. விஸ்வயோநி: அண்டத்தின் பிறப்பிடமாக இருப்பவன்,

722. 149. விஸ்வயோநி: அண்டத்தின் பொருட்காரணமாக இருப்பவன்,

723. 88. விஸ்வரேதஸ்: அண்டத்தின் வித்தாக இருப்பவன்,

724. 239. விஸ்வஸ்ருக்: அண்டத்தை ஆதரிப்பவன்,

725. 225. விஸ்வாத்மா: அண்டத்தின் ஆத்மாவாக இருந்து அனைத்திலும் நீக்கமற நிறைந்திருப்பவன்,

726. 744. விஷமன்: இணையற்றவன்,

727. 2. விஷ்ணு: அனைத்துப் பொருட்களையும் மறைப்பவன்,

728. 258. விஷ்ணு: அண்டம் முழுவதும் நடப்பவன்,

729. 660. விஷ்ணு: பிரகாசக் கதிர்களால் சொர்க்கத்தை நிறையச் செய்பவன்,

730. 126. விஷ்வக்ஸேநன்: [பக்தர்களின் வடிவில்] எங்கும் தன் துருப்பினரைக் கொண்டவன் [அல்லது எவனைக் கண்டால் தானவத் துருப்புகள் அனைத்துத்

திசைகளிலும் சிதறுமோ அவன்],

731. 878. விஹாயஸகதி: ஆகாயப்பாதை கொண்டவன்,

732. 921. வீதபயன்: அச்சமனைத்தையும் கடந்தவன்,

733. 463. வீரபாஹு: [பெரும் வலிமைமிக்க அசுரர்களைக் கொல்லும் வகையிலான] வலிமைமிக்கக் கரங்களைக் கொண்டவன்,

734. 401. வீரன்: பெரும் வலிமை கொண்டவன்,

735. 661. வீரன்: ,

736. 166. வீரஹா: அறத்தை நிறுவ பேரசுரர்களைக் கொல்பவன்,

737. 743. வீரஹா: வீரர்களைக் கொல்பவன்,

738. 927. வீரஹா: தன்னை வழிபடுபவர்களை விடுதலைக்கான நல்ல பாதையில் செலுத்துவதற்காகத் தீய பாதைகள் அனைத்தையும் அழிப்பவன்,

739. 371. வேகவாந்: பெரும் வேகம் கொண்டவன்,

740. 129. வேதவித்: வேதங்களை அறிந்தவன்,

741. 132. வேதவித்: வேத விளக்கங்களைத் தீர்மானிப்பவன்,

742. 128. வேதன்: வேதமாக இருப்பவன்,

743. 549. வேதஸ்: விதி விதிப்பவன்,

744. 131. வேதாங்கன்: வேதங்களின் அங்கங்களை [துணை அறிவியல்கள் அனைத்தையும்] பிரதிபலிப்பவன்,

745. 163. வேத்யன்: தங்கள் உயர்ந்த நன்மையை அடைய விரும்பவர்களால் அறியத்தகுந்தவன்,

746. 987. வைகானன்: திடமான பூமியைத் துளைத்துச் சென்றவன் [சென்று பாதாள லோகத்தில் ஹிரண்யாக்ஷன் மற்றும் பிறரைக் கொன்றவன்],

747. 405. வைகுண்டன்: படைப்புக் காலத்தில் பொருட்கள் அனைத்தையும் அமைப்பதற்காகப் பிரிந்து கிடக்கும் பூதங்களை ஒன்றாகச் சேர்ப்பவன்,

748. 164. வைத்யன்: தன்வந்திரியின் வடிவில் தெய்வீக மருத்துவனாக இருப்பவன் [அல்லது, உலகில் ஒருவனைக் கட்டிப்போடும் பந்தங்களெனும் முன்மையான நோயைக் குணப்படுத்துபவன்],

749. 305. வ்யக்தரூபன்: [மிகப்பெரிய] வெளிப்படு வடிவத்துடன் கூடியவன்,

750. 764. வ்யக்ரன்: தனக்கு முன்பு நடக்க யாருமில்லாதவன்,

751. 384. வ்யவஸாயன்: குணங்கள் ஏதும் அற்ற சித் ஆக இருப்பவன்,

752. 385. வ்யவஸ்தாநன்: அனைத்துப் பொருட்களும் சார்ந்திருக்கும் இடமாக இருப்பவன்,

753. 939. வ்யாதிசன்: [தேவர்கள் மற்றும் மனிதர்களுக்கு] பல்வேறு வகையில் ஆணைகளை நிறுவுபவன்,

754. 467. வ்யாபீ: மொத்த அண்டத்திலும் முற்றாகப் பரவியிருப்பவன்,

755. 413. வ்யாப்தன்: [பொருள் காரணமாக
இருக்கும் தன்னில் இருந்து
உதித்த] அனைத்திலும்
படர்ந்திருப்பவன்,

756. 576. வ்யாஸன்: [வேதங்களைப் பகுத்தவன்]
வியாசன்,

757. 558. வ்ருக்ஷன்: அசையாத மரமாக
இருப்பவன்,

758. 352. வ்ருத்தாத்மா: புராதன ஆன்மா,

759. 259. வ்ருஷபர்வா: [உயர்ந்த இடத்திற்கு ஏற
விரும்புகிறவர்களுக்கு]
அறத்தால் அமைந்த சிறந்த
படிக்கட்டுகளை அளிப்பவன்,

760. 257. வ்ருஷபன்: விருப்பத்திற்குரிய பொருட்கள்
அனைத்தையும் தன்னை
வழிபடுபவர்களுக்குப்
பொழிபவன்,

761. 597. வ்ருஷபாக்ஷன்: காளையைப் போன்ற
கண்களைக் கொண்டவன்,

762. 598. வ்ருஷப்ரியன் அன்புடன் அறத்தைப் பேணி
வளர்ப்பவன்.

763. 312. வ்ருஷன்: தன்னை வழிபடுபவர்கள்
அனைவரிடமும் தன்
அருளைப் பொழிபவன்,

764. 101. வ்ருஷாகபி: மூழ்கிய பூமியை உயர்த்திய
பெரும்பன்ற மற்றும்
காளைமாட்டின் வடிவில்
அறமாக இருப்பவன்,

765. 113. வ்ருஷாக்ருதி அறத்தின் வடிவமாக
இருப்பவன்.

766. 256. வ்ருஷாஹீ: புனிதநாட்கள் அனைத்திற்கும்
தலைமை தாங்குபவன்
[அல்லது, தன் சிறந்த

	குணங்களால் இந்திரனையே மறைப்பவன்],
767. 260. வ்ருஷோதரன்:	வயிற்றில் அறத்தைக் கொண்டவன் [அல்லது, கருவ ரையில் பிள்ளையைப் பாதுகாக்கம் தாயைப் போல இந்திரனைப் பாதுகாப்பவன்],
768. 288. ஜகதஸ்ஸேது:	அண்டத்தின் பெரும் பாலமாக இருப்பவன்,
769. 146. ஜகதாதிஜன்:	அண்டம் உயிர் பெறும் முன்பே இருப்பவன்,
770. 946. ஜநநன்:	உயிரினங்கள் அனைத்தையும் உண்டாக்குபவன்,
771. 947. ஜநஜந்மாதி:	உயிரினங்கள் அனைத்தும் பிறப்பதற்கான மூலக் காரணன்,
772. 127. ஜநார்த்தநன்:	அனைவராலும் விரும்பப்படுபவன் [அல்லது வேண்டப்படுபவன், அல்லது தன் பகைவர்கள் அனைவரையும் கலங்கடிப்பவன்],
773. 341. ஜநேஸ்வரன்:	அனைத்து உயிரினங்களையும் ஆள்பவன்,
774. 966. ஜந்மம்ருத்யுஜராதிகன்6	பிறப்பு, முதுமை மற்றும் மரணத்தைக் கடந்தவன்.
775. 800. ஜயந்தன்:	தன் பகைவர்களை எப்போதும் மிக அற்புதமாக வெல்பவன்,
776. 509. ஜயன்:	அனைவரையும் வெல்பவன்,
777. 244. ஜஹ்நு:	பிறரின் காரியங்களை நிறைவேற்றுபவன் [அல்லது

பிறருக்கு நன்மை
செய்பவன்],

778. 462. ஜிதக்ரோதன்: கோபத்தை வென்றவன்,

779. 934. ஜிதமந்யு: கோபத்தை அடக்கியவன்,

780. 525. ஜிதாமித்ரன்: [கோபம் மற்றும் தீய
ஆசைகளின் வடிவில் உள்ள]
பகைவர்கள் அனைவரையும்
வெல்பவன்,

781. 930. ஜீவநன்: வாழ்வே ஆனவன்,

782. 513. ஜீவன்: உயிர்மூச்சைத் தாங்குபவன்,

783. 148. ஜேதா: தேவர்களையே வெற்றி
கொள்பவன்,

784. 497. ஜ்ஞானகம்யன்: அறிவால் மட்டுமே
அணுகப்படக்கூடியவன்,

785. 454. ஜ்ஞானமுத்தமம் அடையப்பட முடியாததும்,
எல்லையற்றதும்,
அனைத்தையும்
நிறைவேற்றவல்லதுமான
ஞானத்திற்கு ஒப்பானவன்.

786. 67. ஜ்யேஷ்டன்: அனைத்து
உயிரினங்களையும் வாழச்
செய்பவன்,

787. 879. ஜ்யோதி: சுயப்பிரகாசத்தில் ஒளிர்பவன்,

788. 567. ஜ்யோதிராதித்யன்: சூரியனைப் போன்ற
பிரகாசம் கொண்டவன்,

789. 622. ஜ்யோதிர்க்கணேஸ்வரன்:[ஆகாயத்து
ஒளிக்கோள்களின்
இடங்களையும்,
பாதைகளையும்
பராமரிப்பவனாக
இருப்பதால்] ஆகாயத்து
ஒளிக்கோள்கள்
அனைத்தையும் ஆள்பவன்,

790. 554. ஸங்கர்ஷணன்: அனைத்தையும் செதுக்குவன்,

791. 158. ஸங்க்ரஹன்: தன்னை வழிபடுபவர்க்ள அனைவரையும் ஏற்பவன்,

792. 894. ஸதாமர்ஷீ: அறவோர் வழுவும்போது மன்னிப்பவன்,

793. 184. ஸதாம்கதி: அறவோரின் புகலிடமாக இருப்பவன்,

794. 450. ஸதாம்கதி: முக்தி நாடுபவர்களின் புகலிடமாக இருப்பவன்,

795. 165. ஸதாயோகீ: எப்போதும் யோகத்தில் ஈடுபடுபவன்,

796. 478. ஸத்: எப்போதும் இருப்பவன்,

797. 701. ஸத்கதி: அறவோரால் அடையப்படுபவன்,

798. 241. ஸத்கர்த்தா: எல்லையில்லா பலத்தில் வெளிப்படுபவன்,

799. 625. ஸத்கீர்த்தி: எப்போதும் அழகிய செயல்களைச் செய்பவன்,

800. 242. ஸத்க்ருதன்: தேவர்கள், பித்ருக்கள் மற்றும் தன்னை வழிபடுபவர்களைக் கௌரவிப்பவன்,

801. 702. ஸத்க்ருதி: எப்போதும் நற்செயல்களைச் செய்பவன்,

802. 703. ஸத்தா: அண்டத்தின் ஒரே உட்பொருளாக இருப்பவன்,

803. 955. ஸத்பதாசாரன்: அறவோர் செய்யும் செயல்களுடன்கூடிய ஒழுக்கம் கொண்டவன்,

804. 705. ஸத்பராயணன்: உண்மை அறிந்தோர் அனைவரின் புகலிடமாக இருப்பவன்,

805. 704. ஸத்பூதி: பல்வேறு வடிவங்களில் தன்னை வெளிப்படுத்துபவன்,

806. 289. ஸத்யதர்மபராக்ரமன்   வீண்போகாத அறிவும்
மற்றும் பிற
குணங்களுடனும்,
கலங்கடிக்கப்பட முடியாத
ஆற்றலுடனும் இருப்பவன்.

807. 872. ஸத்யதர்மபராயணன்:   வாய்மையிலும், அறத்திலும்
அர்ப்பணிப்புள்ளவன்,

808. 530. ஸத்யதர்மா:   வாய்மையையும், பிற
அறங்களையும் தன்
குறியீடுகளாகக் கொண்டவன்,

809. 213. ஸத்யபராக்ரமன்:   கலங்கடிக்கப்பட முடியா
ஆற்றலைக் கொண்டவன்,

810. 757. ஸத்யமேதஸ்:   புத்தியும் நினைவும்
ஒருபோதும் தவறாதவன்,

811. 106. ஸத்யன்:   வாய்மையாக இருப்பவன்,

812. 212. ஸத்யன்:   பொய்மை எனும்
களங்கத்திலிருந்து விடுபட்ட
நல்லவர்களுக்கு நன்மை
செய்பவன்,

813. 871. ஸத்யன்:   வாய்மையுடன்
அடையாளங்காணப்
படுபவன்,

814. 510. ஸத்யஸந்தன்:   கலங்கடிக்க இயலாத
நோக்கங்களைக்
கொண்டவன்,

815. 449. ஸத்ரம்:   எந்த உணவையும்
உட்கொள்ளும் முன்னர்
மனிதர்களால்
துதிக்கப்படுபவன்,

816. 869. ஸத்வவாந்:   வீரமும் ஆற்றலும்
கொண்டவன்,

817. 487. ஸத்வஸ்தன்:   அனைத்து உயிரினங்களிலும்
வசிப்பவன்,

818. 898. ஸநாதந்தமன்: பெரும்பாட்டன் முதலியோர் பிறப்பதற்கு முன்பே இருப்பவன்,

819. 897. ஸநாத்: தொடக்கக் காலம் முதல் இருப்பவன்,

820. 929. ஸந்தன்: நற்பாதையில் நடப்பவன்,

821. 201. ஸந்தாதா: விதிப்பவர்கள் அனைவருக்கும் விதியாக இருப்பவன் [அல்லது, மனிதர்கள் செய்யும் செயல்களால் அவர்கள் அனைவரையும் ஒருங்கிணைப்பவன்],

822. 202. ஸந்திமாந்: செயல்கள் அனைத்தின் கனிகளைத் தானே இன்புறவும், பொறுக்கவும் செய்பவன் [அல்லது, தன் தந்தையின் ஆணையின் பேரில் நாடு கடந்து சென்று, இலங்கையில் உள்ள தன் தீவுக்கு ராட்சசன் ராவணனால் கடத்திச் செல்லப்பட்ட சீதையை மீட்டுத் தருவதாக உறுதியளித்திருந்தவனும், குரங்குகளின் தலைவனுமான சுக்ரீவனுக்கு உதவி செய்து அவனது அண்ணனின் பிடியில் இருந்து அவனது நாட்டை மீட்டுத் தருமாறு ஒப்பந்தமிட்டவனும், தசரதனின் மகனுமான ராமன்],

823. 708. ஸந்நிவாஸன்: அறவோரின் வசிப்பிடமாக இருப்பவன்,

824. 585. ஸந்யாஸக்ருத்: [உயிரினங்கள் முக்தி அடைவதற்குத் தகுந்தவையாக] துறவறம் என்றழைக்கப்படும் நான்காவது வாழ்வு முறையை விதித்தவன்,

825. 831. ஸப்தவாஹநன்: தன் வாகனத்தை இழுக்க ஏழு குதிரைகளைக் கொண்டவன் [அல்லது, ஸப்தம் என்றழைக்கப்படும் குதிரையைக் கொண்டவன்],

826. 829. ஸப்தஜிஹ்வன்: [காளி, கராளி முதலிய வடிவங்களில்] ஏழு நாவுகளைக் கொண்டவன்,

827. 830. ஸப்தைதஸ்: [நெருப்பின் தேவனுடன் அடையாளம் காணப்படும் விளைவால்] ஏழு தழல்களைக் கொண்டவன்,

828. 357. ஸமயஜ்ஞன்: காலத்தில் நேர்ந்தவை அனைத்தையும் அறிந்தவன்,

829. 109. ஸமன்: மாற்றம் அல்லது சீர்திருத்தங்கள் அனைத்தையும் கடந்து எப்போதும் சமமாக இருப்பவன்,

830. 107. ஸமாத்மா: தன்னை வழிபடுபவர்களால் அளக்கப்படுபவன்,

831. 775. ஸமாவர்த்தன்: உலகச் சக்கரத்தை வட்டமாகச் சுழலச் செய்பவன்,

832. 362. ஸமிதிஞ்சயன் போர்கள் அனைத்திலும் வெல்பவன்.

833. 223. ஸமீரணன்: உயிரினங்கள் அனைத்தையும் செயல்படச் செய்ய, அல்லது முயற்சிக்கச் செய்யக் காற்றின் வடிவை ஏற்றவன் [அல்லது, எப்போதும் அழகிய அசைவுகளைக் கொண்டவன், அல்லது தான் உண்டாக்கிய உயிரினங்கள் தன்னைத் துதிக்க வேண்டும் என விரும்புபவன்],

834. 444. ஸமீஹநன் படைக்கும் விருப்பத்தைப் பேணி வளர்ப்பவன்.

835. 601. ஸம்க்ஷேப்தா: அண்டப் பேரழிவின் காலத்தில் அண்டத்தை நுட்பமான வடிவில் குறைப்பவன்,

836. 31. ஸம்பவன்: மாற்றமில்லாதவன்,

837. 231. ஸம்ப்ரமர்த்தநன்: தன்னிடம் இருந்து விலகியவர்களக் கலங்கடிப்பவன்,

838. 108. ஸம்மிதன்: தன் நடுநிலையின் விளைவால் ஒரே தன்மையிலான ஆன்மாவைக் கொண்டவன்,

839. 422. ஸம்வத்ஸரன்: அனைத்து உயிரினங்களும் வசிக்கும் இடமாக இருப்பவன்,

840. 233. ஸம்வர்த்தகன்: அனைத்தையும் அழிக்கும் காலனையே அழிப்பவனுமாக இருப்பவன்,

841. 230. ஸம்வ்ருதன்: உலகப் பந்தம் கொண்ட மனிதர்கள் அனைவரின் பார்வையில் இருந்து

மறைந்திருப்பவன் [அல்லது அறியாமை எனும் கட்டைக் கொண்டு மனிதர்கள் அனைவரின் கண்களையும் மறைத்தவன்],

842. 386. ஸம்ஸ்தாநந்: அண்டப் பேரழிவின் போது அனைத்துப் பொருட்களும் வசிக்கும் இடமாக இருப்பவன்,

843. 159. ஸர்க்கன்: படைப்பின் காரணனாக இருப்பதன் விளைவால் அந்தப் படைப்பாகவே இருப்பவன்,

844. 123. ஸர்வகன்: எங்கும் செல்பவன் [அனைத்துப் பொருட்களின் காரணியாக அவற்றில் நீக்கமற நிறைந்திருப்பவன்],

845. 853. ஸர்வகாமதன்: அனைத்து ஆசைகளையும் கொடுப்பவன்,

846. 761. ஸர்வசஸ்த்ரப்ருதாம்வரன்: ஆயுததாரிகள் அனைவரிலும் முதன்மையானவன்,

847. 628. ஸர்வதர்கூஷ: திசைகள் அனைத்திலும் பரந்த பார்வை கொண்டவன்,

848. 94. ஸர்வதர்சநன் அனைத்தையும் காண்பவன்.

849. 451. ஸர்வதர்சீ: அனைத்து உயிரினங்களும் செய்யும் மற்றும் செய்யத்தவறும் செயல்களைக் காண்பவன்,

850. 818. ஸர்வதோமுகன்0 ஒவ்வொரு திசையிலும் முகமும் கண்களும் திரும்பப்பெற்றவன்.

851. 199. ஸர்வத்ருக்: தன்னை வழிபடுபவர்களிடம் எப்போதும் கருணைக் கண்களைச் செலுத்துபவன்

[அல்லது, அண்டத்தில் உள்ள அனைத்துப் பொருட்களையும் பார்ப்பவன்],

852. 575. ஸர்வத்ருக்: அண்டம் முழுவதும் பார்வை கொண்டவன்,

853. 1000.ஸர்வப்ரஹரணாயுதன். அனைத்து வகை ஆயுதங்களையும் தரித்தவன்.(120)

854. 103. ஸர்வயோகவிநிஸ்ருதன் அனைத்து வகைக் கலவிகளில் இருந்தும் தனித்து நிற்பவன்.

855. 360. ஸர்வலக்ஷணலக்ஷண்ய ன்: அனைத்து வகைச் சான்றுகளாலும் அறியப்படுபவன்,

856. 804. ஸர்வவாகீஸ்வரேஸ்வரன்:வாக்குகள் அனைத்தையும் ஆள்வர்கள் அனைவரையும் ஆள்பவன்,

857. 124. ஸர்வவித்: அனைத்தும் அறிந்தவன்,

858. 801. ஸர்வவிஜ்ஜயீ அனைத்தையும் அறிந்தவன், தடுக்கப்பட முடியாத ஆற்றருடன் கூடியோரை எப்போதும் வெல்பவன்.

859. 25. ஸர்வன்: அனைத்துப் பொருட்களின் உடல் வடிவமாக இருப்பவன்,

860. 453. ஸர்வஜ்ஞன்: அனைத்தையும் அறிந்தவன்,

861. 817. ஸர்வஜ்ஞன்: அனைத்தையும் அறிந்தவன்,

862. 865. ஸர்வஸஹன்: அனைத்துச் செயல்களையும் செய்யத்தகுந்தவன்,

863. 99. ஸர்வாதி: [அனைத்துப் பொருட்களுக்கும் காரணமாக இருப்பதன் விளைவால்] அனைத்துப் பொருட்களின் தொடக்கமாக இருப்பவன்,

864. 712. ஸர்வாஸுநிலயன்: முதன்மையானவை
அனைத்தும்
[முக்தியடையும்போது
அவற்றோடு] கலந்திருப்பவன்,

865. 96. ஸர்வேஸ்வரன்: அனைத்து உயிரினங்களின்
தலைவன்,

866. 729. ஸவ: அனைத்தையும் தன்னுள்
கொண்டவன்,

867. 91. ஸவம்த்ஸரன்: ஆண்டாக இருப்பவன்,

868. 885. ஸவிதா: பல்வேறு ஆசைகளைக்
கொண்டவன்,
அனைத்தையும் பெறுவபன்,
அண்டத்தைப் பெற்றவன்,

869. 969. ஸவிதா: அனைவரின் தந்தையாக
இருப்பவன்,

870. 368. ஸஹன்: தீங்குகள் அனைத்தையும்
பொறுத்துக் கொள்பவன்
அல்லது தாங்கிக்
கொள்பவன்,

871. 227. ஸஹஸ்ரபாத்.13–149–37 ஆயிரம் கால்களைக்
கொண்டவன்..

872. 224. ஸஹஸ்ரமூர்த்தா: ஆயிரம் தலைகளைக்
கொண்டவன்,

873. 306. ஸஹஸ்ரஜித்: [தேவர்களின்] ஆயிரம்
பகைவர்களை அடக்கியவன்,

874. 226. ஸஹஸ்ராக்ஷன் ஆயிரம் கண்களைக்
கொண்டவன்.

875. 483. ஸஹஸ்ராம்சு: சூரியனின் வடிவில்
ஆயிரங்கதிர்களைக்
கொண்டவன்,

876. 828. ஸஹஸ்ரார்ச்சிஸ்: ஆயிரங்கதிர்களைக்
கொண்டவன்,

877. 145. ஸஹிஷ்ணு: தீயோரைப் பொறுத்துக்
கொள்ளாதவன் [அல்லது

	தன் பக்தர்கள் அவ்வப்போது செய்யும் மீறல்களைப் பொறுத்துக் கொள்பவன்],
878. 568. ஸஹிஷ்ணு:	[வெப்பம் குளிர், இன்பம் துன்பம் முதலிய] முரண்பட்ட இரட்டைகளைத் தாங்கிக் கொள்பவன்,
879. 15. ஸாக்ஷீ:	சான்றாளன்,
880. 515. ஸாக்ஷீ:	சுயத்தைத்தவிர வேறெதையும் ஒருபோதும் காணாதவன்,
881. 243. ஸாது:	பிறரால் கௌரவிக்கப்பட்ட, அல்லது துதிக்கப்பட்டவர்களால் கௌரவிக்கப்படவோ, துதிக்கப்படவோ நேர்பவன் [அல்லது, நீடித்த சகிப்புடன் கூடிய அழகிய செயல்களைக் கொண்டவன்],
882. 512. ஸாத்வதாம்பதி	உயிரினங்களிடம் இல்லாதவற்றைக் கொடுப்பவனும், அவற்றைப் பாதுகாப்பவனுமாக இருப்பவன்.
883. 870. ஸாத்விகன்:	சத்வ [நல்லியல்பின்] குணம் கொண்டவன்,
884. 581. ஸாம:	சாமங்களாக இருப்பவன்,
885. 580. ஸாமகன்:	சாமங்களைப் பாடுபவன்,
886. 988. ஸாமகாயனன்:	சாமங்கள் பாடுபவன்,
887. 97. ஸித்தன்:	வெற்றி அடைந்தவன்,
888. 821. ஸித்தன்:	வெற்றியால் மகுடம் சூட்டப்பட்டவன்,
889. 253. ஸித்தஸங்கல்பன்:	தன் விருப்பங்கள் எப்போதும் கனியும் நிலையால் மகுடம் சூட்டப்பட்டவன்,

890. 252. ஸித்தார்த்தன்: அனைத்து உயிரினங்களின் விருப்பங்களையும் கனியும் நிலையால் மகுடம் சூட்டச் செய்பவன்,

891. 98. ஸித்தி: வெற்றி,

892. 254. ஸித்திதன்: அனைவருக்கும் வெற்றியை அளிப்பவன்,

893. 255. ஸித்திஸாதநன் வேண்டுவோருக்கு வெற்றியை அளிப்பவன்.

894. 200. ஸிம்மன்: அனைத்துப் பொருட்களையும் அழிப்பவன் [அல்லது, பக்தியுடன் ஒருமனத்தோடு தன்னை வழிபடுவோர் அனைவரையும் அமுதத்தால் நனைப்பவன்],

895. 488. ஸிம்மன்: பேராற்றல் கொண்டவன்,

896. 459. ஸுகதன்: [தன்னை வழிபடுபவர்கள் அனைவருக்கும்] மகிழ்ச்சியைக் கொடுப்பவன்,

897. 890. ஸுகதன்: இன்பத்தை அளிப்பவன்,

898. 458. ஸுகோஷன்: [வேதத்தின் வடிவிலோ, குழல் இசைக்கும் கிருஷ்ணனாகவோ] இனிமைமிக்க ஒலிகளை வெளியிடுபவன்,

899. 786. ஸுதந்து: [அண்டமெனும் துணியை நெய்வதற்குரிய] மிக அழகிய கயிறுகள் மற்றும் இழைகளைக் கொண்டவன்,

900. 570. ஸுதந்வா: [சாரங்கம் என்றழைக்கப்படும்] முதன்மையான வில்லை ஆயுதமாகக் கொண்டவன்,

901. 195. ஸௌதபஸ்: இமயமலைச் சாரலில் உள்ள பதரியில் நாராயணனின் வடிவில் கடுந்தவங்களைப் பயின்றவன்,

902. 417. ஸுதர்சநன்: தன்னை வழிபடுபவர்கள் தன்னைக் காண்பதால் மட்டுமே அவர்கள் விரும்பும் நோக்கத்தை அவர்களை அடையச் செய்பவன்,

903. 793. ஸுந்தரன்: பேரழகன்,

904. 794. ஸுந்தர்: இதயம் முழுவதும் பரிவிரக்கத்தால் நிறைந்தவன்,

905. 192. ஸுபர்ணன்: இறகு படைத்த ஆகாயவாசிகளின் இளரவசனான கருடனையே தன் வாகனமாகக் கொண்டவன்,

906. 857. ஸுபர்ணன்: [உலக மரமாக இருந்து வேதங்களில் சந்தங்களின் வடிவில்] நல்ல இலைகளாக இருப்பவன்,

907. 265. ஸுபுஜன்: [அண்டத்தையே தாங்க வல்ல] சிறந்த கரங்களைக் கொண்டவன்,

908. 237. ஸுப்ரஸாதன்: சிசுபாலனைப் போலப் பகைவர்களுக்கும் மகிழ்ச்சியை அளித்துப் பேரருள் புரிபவன்,

909. 456. ஸுமுகன்: எப்போதும் மகிழ்ச்சி நிறைந்த முகத்தைக் கொண்டவன்,

910. 754. ஸுமேதஸ்: உடன்படிக்கைகளின் உள்ளடக்கங்கள் அனைத்தையும் தன் மாத்தில்

தாங்க வல்ல நினைவுடன்
கூடிய புத்தி கொண்டவன்,

911. 709. ஸுயாமுநன் யமுனையின் கரைகளில்
[பிருந்தாவனத்தில்]
இன்பமாக விளையாடுபவன்.

912. 135. ஸுராத்யக்ஷன்: தேவர்களிடம் ஆளுமை
கொண்டவன்,

913. 186. ஸுராநந்தன்: தேவர்களை மகிழ்ச்சியடையச்
செய்பவன் [அல்லது,
நிறைவான இன்பத்தின்
உடல்வடிவமாக இருப்பவன்],

914. 208. ஸுராரிஹா தேவர்களின் பகைவர்களை
அழிப்பவன் [அல்லது, தகாத
மனிதர்களுக்குக்
கொடையளிப்பவர்களைத்
தவிர்ப்பவனோ, கொடை
கொடுப்பதைத் தடுப்பவனைக்
கொல்பவனோ] ‹198–208).

915. 880. ஸுருசி: பேரழகுடன் கூடியவன்,

916. 85. ஸுரேசன்: தேவர்கள் அனைவரின்
தலைவன்,

917. 286. ஸுரேஸ்வரன்: தேவர்களில் திறம்
பெற்றவன்,

918. 819. ஸுலபன்: [மலர்கள் மற்றும் இலைகள்
போன்ற காணிக்கைகளுடன்]
எளிதில்
வெல்லபடக்கூடியவன்,

919. 796. ஸுலோசநன்: சிறந்த ஞானத்தையே
கண்ணாகக் கொண்டவன்,

920. 802. ஸுவர்ணபிந்து: பொன் போன்ற
அங்கங்களைக் கொண்டவன்,

921. 739. ஸுவர்ணவர்ணன்: பொன்வண்ணன்,

922. 944. ஸுவீரன்: வீரர்கள் அனைவரிலும்
முதன்மையானவன்,

923. 455. ஸுவ்ரதன்: [வேண்டுபவனுக்குத் தூய இதயத்துடன் அருள்வழங்க வல்ல] சிறந்த நோன்புகளை நோற்பவன்,

924. 820. ஸுவ்ரதன்: சிறந்த நோன்புகளைச் செய்தவன்,

925. 542. ஸுஷேணன்: [தன்னை வழிபடுபவர்களின் வடிவில்] அழகிய துருப்புகளைக் கொண்டவன்,

926. 460. ஸுஹ்ருத்: மறுவுதவியேதும் எதிர்பாராமல் பிறருக்கு நன்மை செய்பவன்,

927. 457. ஸௌக்ஷ்மன்: நுட்பமிக்கவன்,

928. 884. ஸூர்யன்: சூரியனின் வடிவில் பூமியின் ஈரத்தை உறிஞ்சுபவன்,

929. 503. ஸோமபன்: ஒவ்வொரு வேள்வியிலும் சோமத்தைப் பருகுபவன்,

930. 505. ஸோமன்: சோமனின் [சந்திரமாஸின்] வடிவில் மூலிகை, செடி, கொடிகளை ஊட்டி வளர்ப்பவன்,

931. 328. ஸ்கந்ததரன்: அறப்பாதையை நிலைநிறுத்துபவன்,

932. 327. ஸ்கந்தன்: அமுத வடிவில் பாய்பவன் [அல்லது, அனைத்தையும் வற்றச் செய்பவன்],

933. 682. ஸ்தவப்ரியன்: [தன்னை வழிபடுபவர்களால்] பாடப்பட விரும்புபவன்,

934. 54. ஸ்தவிரன்: புராதனமானவன்,

935. 53. ஸ்தவிஷ்டன்: மிகப் பெரியவன்,

936. 436. ஸ்தவிஷ்டன்: துறவின் வடிவில் இருப்பவன்,

937. 681. ஸ்தவ்யன்: அனைவராலும் பாடப்படுபவன்,

938. 28. ஸ்தாணு: அசைவற்றவன்,

939. 387. ஸ்தாநதன்: தன்னை வழிபடுபவனுக்கு முதன்மையான இடத்தை ஒதுக்குபவன்,

940. 427. ஸ்தாவரஸ்தாணு: அனைத்துப் பொருட்களும் எப்போதும் சார்ந்திருப்பவனாகவும், அசைவில்லாதவனாகவும் இருப்பவன்,

941. 203. ஸ்திரன்: எப்போதும் ஒரே வடிவில் இருப்பவன் [அல்லது, தன்னை வழிபடுபவர்களிடம் பேரன்புடன் இருப்பவன்],

942. 684. ஸ்துதன்: துதிக்கும் செயலே ஆனவன்,

943. 840. ஸ்தூலன்: பருத்தவன்,

944. 685. ஸ்தோதா: துதிகளைப் பாடுபவன்,

945. 683. ஸ்தோத்ரம்: தன்னை வழிபடுபவர்களால் சொல்லப்படும் துதிகளாக இருப்பவன்,

946. 279. ஸ்பஷ்டாக்ஷரன்: பெரும்பாட்டனான பிரம்மனுக்கு வேதங்களைச் சொன்னவன்,

947. 216. ஸ்ரக்வீ: வைஜயந்தி என்ற பெயரில் அழைக்கப்படும் மங்காத வெற்றி மாலையைச் சூடுபவன்,

948. 855. ஸ்ரமணன்: சொர்க்கத்தின் இன்ப வாழ்வு நிறைவடைந்து மீண்டும் இவ்வாழ்வுக்குத் திரும்பும் யோகியரை புதிதாக யோகத்தைச் செய்யச் செய்பவன்,

949. 591. ஸ்ரஷ்டா: படைத்தவன்,

950. 990. ஸ்ரஷ்டா: அனைத்தையும் படைப்பவன்,

951. 614. ஸ்ரீகரன்: தன்னைக் குறித்துக் கேட்பவர்கள், தன்னைப் புகழ்பவர்கள், தன்னைத் தியானிப்பவர்கள் ஆகியோருக்கு செழிப்பை அளிப்பவன்,

952. 376. ஸ்ரீகர்ப்பன்: வயிற்றில் பலம் கொண்டவன்,

953. 609. ஸ்ரீசன்: செழிப்பை ஆள்பவன்,

954. 613. ஸ்ரீதரன்: செழிப்பின் தேவியைத் தன் மார்பில் கொண்டவன்,

955. 608. ஸ்ரீதர்: தன்னை வழிபடுபவர்களுக்குச் செழிப்பைத் தருபவன்,

956. 611. ஸ்ரீநிதி: அனைத்து வகை செல்வங்களின் கொள்ளிடம்,

957. 183. ஸ்ரீநிவாஸன்: செழிப்பின் தேவியைத் தன் மார்பில் வசிக்கச் செய்தவன் [ரதியின் கணவனான காமனோடு அடையாளங்காணத் தக்கவன்],

958. 610. ஸ்ரீநிவாஸன்: செழிப்புடையவர்களுடன் எப்போதும் வாழ்பவன்,

959. 606. ஸ்ரீபதி: [செழிப்பின் தேவியான] லட்சுமியால் தலைவனாகத் தேர்ந்தெடுக்கப்பட்டவள்,

960. 607. ஸ்ரீமதாம்வரன் செழிப்புடன் கூடியவர்கள் அனைவரிலும் முதன்மையானவன்.

961. 22. ஸ்ரீமாந்: அழகிய சிறப்புக்கூறுகளையும், செய்கருவிகளையும் கொண்டவன்,

962. 178. ஸ்ரீமாந்: அழகுகள் அனைத்தையும்
கொண்டவன்,

963. 616. ஸ்ரீமாந்: அனைத்து வகை அழகையும்
கொண்டவன்,

964. 221. ஸ்ரீமாந்யாயன்: வேதங்களையே
வார்த்தைகளாகக்
கொண்டவன், அண்ட
அழிவின் போது நீருக்குள்
மூழ்கிய வேதங்களை
மீட்டவன்,

965. 604. ஸ்ரீவத்ஸவக்ஷாஸ்: தன் மார்பில் மங்கலச்
சுழியைக் கொண்டவன்,

966. 605. ஸ்ரீவாஸன்: செழிப்பின் தேவி எப்போதும்
வசிக்கும் இடமாக
இருப்பவன்,

967. 612. ஸ்ரீவிபாவநன்: அறத்தை அளவாகக்
கொள்ளும் அடிப்படையில்
அறச்செயல்களைச் செய்யும்
மனிதர்கள் அனைவருக்கும்
செழிப்பைக் கொடுப்பவன்,

968. 799. ஸ்ருங்கீ: அண்டப் பேரழிவின் போது
கொம்புகளை ஏற்றவன்,

969. 264. ஸ்ருதிஸாகரன் ஸ்ருதிகளெனும்
பெருங்கடலின்
கொள்ளிடமாக இருப்பவன்.

970. 615. ஸ்ரேயஸ்: அடைதற்கரிய மகிழ்ச்சியை
அடையும் நிலையின்
உடல்வடிவமாக இருப்பவன்,

971. 68. ஸ்ரேஷ்டன்: மூத்தவன்,

972. 618. ஸ்வக்ஷன்: அழகிய கண்களைக்
கொண்டவன்,

973. 619. ஸ்வங்கன்: அழகிய அங்கங்களைக்
கொண்டவன்,

974. 845. ஸ்வத்ருதன்: எளிதில் கைப்பற்றப்படுபவன்,

975. 986. ஸ்வயஞ்சாதன்:   தானாகத் தோன்றியவன்,

976. 37. ஸ்வயம்பூ:   தானாகத் தோன்றியவன்,

977. 466. ஸ்வவசன்:   [அனைத்து மனிதர்கள்
                              மற்றும் பொருட்களிலிருந்து
                              முற்றிலும் விடுபட்டவனாகத்]
                              தன்னைத்தானே
                              சார்ந்திருப்பவன்,

978. 903. ஸ்வஸ்தி:   அருள்கள் அனைத்துடன்
                              அடையாளம்
                              காணப்படுபவன்,

979. 902. ஸ்வஸ்திக்ருத்:   அருள்களைப் படைப்பவன்,

980. 905. ஸ்வஸ்திதக்ஷிணன்9   அருள்களைப் பொழிபவன்.

981. 901. ஸ்வஸ்திதன்:   அனைத்து அருள்களையும்
                              வழங்குபவன்,

982. 904. ஸ்வஸ்திபுக்:   அருள்களை அனுபவிப்பவன்,

983. 550. ஸ்வாங்கன்:   [உதவியாளன் வடிவில்
                              இருக்கும்] அண்டத்தின்
                              காரணன்,

984. 465. ஸ்வாபநன்:   ஆன்ம அறிவற்றவர்களைத்
                              தன் மாயையால் ஆழ்ந்த
                              உறக்கத்தில் மூழ்கியிருக்கச்
                              செய்பவன்,

985. 524. ஸ்வாபாவ்யன்:   தன் இயல்பில்
                              தோன்றுபவன்,

986. 846. ஸ்வாஸ்யன்:   சிறந்த முகத்தைக்
                              கொண்டவன்,

987. 191. ஹம்ஸன்:   பெரும்பாட்டனான
                              பிரம்மனுக்கு
                              வேதங்களைச்சொல்வதற்காக
                              அன்னப்பறவையின் வடிவை
                              ஏற்றவன் [அல்லது,
                              அனைவரின்
                              உடல்களுக்குள்ளும்
                              நுழைபவன்],

988. 359. ஹரி: அவ்வாறு ஊற்றப்படும் நெய்யை தேவர்களின் வடிவில் ஏற்பவன்,

989. 653. ஹரி [அண்டப் பேரழிவின் போது] அனைத்தையும் அழிப்பவன்.

990. 565. ஹலாயுதன்: [பலதேவன் அவதாரத்தில்] கலப்பையை ஆயுதமாகக் கொண்டவன்,

991. 358. ஹவிஸ்: வேள்வி நெருப்பில் ஊற்றப்படும் நெய்யாக இருப்பவன்,

992. 700. ஹவிஸ் தன்னிடம் புகலிடம் நாடுவோர் அனைவரின் பாவங்களையும் எடுப்பவன்.

993. 70. ஹிரண்யகர்ப்பன்: பொன்னையே தன் வயிறாகக் கொண்டவன்,

994. 411. ஹிரண்யகர்ப்பன்: ஆதி பொன்முட்டையைத் தன் வயிறாகக் கொண்டு அனைத்தையும் உண்டாக்குபவன்,

995. 194. ஹிரண்யநாபன்: தங்கம் போன்ற அழகிய உந்தியைக் கொண்டவன்,

996. 888. ஹூதபுக்: வேள்விக் காணிக்கைகள் அனைத்தையும் ஏற்பவன்,

997. 881. ஹூதபுக்விபு: வேள்வி நெருப்பில் இடப்படும் காணிக்கைகளை உண்பவன்,

998. 366. ஹேது: அனைத்துக்கும் வேராக இருப்பவன்,

999. 740. ஹேமாங்கன்: பொன் போன்ற [வண்ணத்தில்] அங்கங்கள் கொண்டவன்,

1000.47. ஹ்ருஷீகேசன்:   புலன்களின் தலைவன்
                          [அல்லது சுருள் மயிர்க்
                          கொண்டவன்],

பலன்

விஷ்ணுவின் ஆயிரம் பெயர்களையும் பக்தியுடன் யுதிஷ்டிரனிடம் சொல்லி முடித்த பீஷ்மர், "இவ்வாறே எப்போதும் பாடப்பட வேண்டிய, மகிமை பொருந்திய உயர் ஆன்ம கேசவனின் சிறப்பான ஆயிரம் பெயர்களை எந்த எதிர்பார்ப்புமின்றி உனக்கு உரைத்தேன்.(121)

ஒவ்வொரு நாளும் இந்தப் பெயர்களைக் கேட்பவனோ, உரைப்பவனோ இம்மையிலும், மறுமையிலும் ஒருபோதும் எந்தத் தீங்கையும் சந்திக்க மாட்டான்.(122)

இதை ஒரு பிராமணன் செய்தால் அவன் வேதாந்தத் திறன் பெறுவதில் வெல்வான்; ஒரு க்ஷத்திரியன் செய்தால் அவன் எப்போதும் போர்க்களத்தில் வெற்றியாளனாக இருப்பான். ஒரு வைசியன் செய்தால் அவன் செழிப்படைவான். அதே வேளையில் ஒரு சூத்திரன் பெரும் மகிழ்ச்சியை அடைவான்.(123)

ஒருவன் புண்ணியமீட்ட விரும்பினால் இந்தப் பெயர்களைக் கேட்பதாலோ, உரைப்பதாலோ அதை ஈட்டுவதில் வெல்கிறான். ஒருவன் செல்வத்தை விரும்பினால், அவன் இவ்வழியில் செயல்பட்டு செல்வத்தை ஈட்டுவதில் வெல்வான். புலனின்பங்களில் ஆசை கொண்ட மனிதனும் கூட, ஆனைத்து வகை இன்பங்களையும் அனுபவிப்பதில் வெல்கிறான். சந்ததியை விரும்பும் மனிதன், இவ்வொழுக்கத்தைக் கடைப்பிடிப்பதன் மூலம் சந்ததியை அடைகிறான்.(124)

எந்த மனிதன், பரமாத்மாவிடம் முழுமையாகத் திருப்பப்பட்ட இதயத்துடன் தன்னைத் தூய்மை செய்து கொண்டு, பக்தியுடனும், விடாமுயற்சியுடனும், ஒவ்வொரு நாளும் வாசுதேவனின் இந்த ஆயிரம் பெயர்களையும் சொல்வானோ,(125) அவன் பெரும்புகழ், உற்றார் உறவினருக்கு மத்தியில் திறன்மிக்க நிலை, நீடித்த செழிப்பு ஆகியவற்றையும், இறுதியாக அவனுக்கான உயர்ந்த நன்மையான முக்தியையே அடைவதிலும் வெல்கிறான்.(126)

அத்தகைய மனிதன் எந்நேரத்திலும் அச்சமடையாதவனாகப் பேராற்றலையும் பெரும் சக்தியையும் கொண்டிருப்பான். நோய் ஒருபோதும் அவனைப் பீடிக்காது; நிறத்தில் காந்தி, பலம், அழகு, சாதனைகள் ஆகியன அவனுடையவையாகின்றன.(127) நோயாளி சுகம்பெறுவான்; துன்பங்களில் பீடிக்கப்படுபவன் அவற்றில் இருந்து விடுபடுவான், பேரிடரில் மூழ்கியவன் அதனிலிருந்து விடுபடுவான்.(128)

அந்த முதன்மையானவனின் ஆயிரம் பெயர்களை உரைப்பதன் மூலம், அவனது புகழை பக்தியுடன் பாடும் மனிதன், சிரமங்கள் அனைத்தையும் விரைவாகக் கடப்பதில் வெல்கிறான்.(129) வாசுதேவனைப் புகலிடமாகக் கொண்டவனும், அவனிடம் பக்தி கொண்டவனுமான மனிதன் தன் பாவங்கள் அனைத்தில் இருந்தும் விடுபட்டு, நித்திய பிரம்மத்தை அடைகிறான்.(130)

வாசுதேவனிடம் பக்தி கொண்டோர் ஒருபோதும் எத்தீங்கையும் அடைய மாட்டார்கள். அவர்கள், பிறப்பு, இறப்பு, முதுமை மற்றும் நோய் ஆகிய அச்சங்களில் இருந்து விடுபடுகிறார்கள்.(131) பக்தியுடனும், நம்பிக்கையுடனும் விஷ்ணுவின் ஆயிரம் பெயர்கள் அடங்கிய இந்தப் பாடலைப் பாடுவதன் மூலம் ஒரு மனிதன் ஆன்ம இன்பம், மன்னிக்கும் இயல்பு, செழிப்பு, புத்தி, நினைவு மற்றும் புகழ் ஆகியவற்றை அடைவதில் வெல்கிறான்.(132) அறம் சார்ந்த முதன்மையான மனிதர்களான அவர்களிடம் கோபமோ, பொறாமையோ, பேராசையோ, தீய புத்தியோ ஒருபோதும் தோன்றாது.(133)

சூரியன், நிலவு, நட்சத்திரங்கள் வானம், திசைப்புள்ளிகள், பூமி, பெருங்கடல் ஆகியவற்றுடன் கூடிய வெளியானது உயர் ஆன்ம வாசுதேவனின் ஆற்றலாலேயே ஆதரவடைந்து நிலைநிறுத்தப்படுகிறது.(134) தேவர்கள், அசுரர்கள், கந்தர்வர்கள், யக்ஷர்கள், உரகர்கள், ராட்சசர்கள் ஆகியோருடனும், அசையும் மற்றும் அசையாதவற்றுடனும் கூடிய மொத்த அண்டமும் கிருஷ்ணனின் ஆளுகையின் கீழே இருக்கிறது.(135)

புலன்கள், மனம், புத்தி, உயிர், சத்வ குணம், சக்தி, பலம் மற்றும் நினைவு ஆகியன வாசுதேவனையே தங்கள் ஆன்மாவாகக் கொண்டுள்ளன. உண்மையில், க்ஷேத்திரம் என்றழைக்கப்படும் இவ்வுடலும், க்ஷேத்திரத்தை அறிபவன்

என்றழைக்கப்படும் புத்தியுடன் கூடிய ஆன்மா ஆகியவையும் வாசுதேவனையே தங்கள் ஆன்மாவாகக் கொண்டுள்ளன.(136) சாத்திரங்களில் உள்ள காரியங்கள் அனைத்திலும் (நடைமுறைகள் உள்ளடங்கிய) ஒழுக்கமே முதன்மையானது எனச் சொல்லப்படுகிறது. அறம் ஒழுக்கத்தையே தன் அடிப்படையாகக் கொண்டுள்ளது. மங்கா புகழ் கொண்ட வாசுதேவன் அறத்தின் தலைவனாகச் சொல்லப்படுகிறான்.(137)

முனிவர்கள், பித்ருக்கள், தேவர்கள், (அடிப்படை) பெரும்பூதங்கள், உலோகங்கள், உண்மையில், அசையும் மற்றும் அசையாதனவற்றைக் கொண்ட அண்டம் முழுவதும் நாராயணனிலிருந்தே உதித்தது.(138)

யோகம், சாங்கிய தத்துவம், ஞானம், அனைத்து வகை இயந்திரக் கலைகள், வேதங்கள், பல்வேறு வகைச் சாத்திரங்கள் என அனைத்தும் ஜனார்த்தனனிலிருந்தே உண்டாகின.(139)

விஷ்ணு, பல்வேறு வடிவங்களில் பரவியிருக்கும் ஒரே பெரும்பொருளாக இருக்கிறான். மூவுலகங்களையும் மறைப்பவனும், அனைத்துப் பொருட்களின் ஆன்மாவுமான அவன் அவை அனைத்தையும் அனுபவிக்கிறான். அவனது மகிமை குறைவறியாதது, அவன் அண்டத்தின் உயர்ந்த தலைவனாக அதை அனுபவிக்கிறான்.(140)

சிறப்புமிக்க விஷ்ணுவைப் புகழ்வதும், வியாசரால் தொகுக்கப்பட்டதுமான இந்தப் பாடல், உயர்ந்த மகிழ்ச்சியையும், உயர்ந்த நன்மையையும், முக்தியையும் அடைய விரும்பும் மனிதனால் பாடப்பட வேண்டும்.(141) பிறப்பற்ற தேவனும், சுடர்மிக்கப் பிரகாசம் கொண்டவனும், அண்டத்திற்கு மூலமாகவோ, காரணமாகவோ இருப்பவனும், சிதைவறியாதவனும், பெரியவையும், தாமரை இதழ்களைப் போன்றவையுமான கண்களைக் கொண்டவனுமான அந்த அண்டத் தலைவனை வழிபட்டுத் துதிப்பவர்கள் எந்த ஏமாற்றத்தையும் ஒருபோதும் சந்திப்பதில்லை" என்றார் {பீஷ்மர்}.(142)

நூலாசிரியர்

பெயர்
செ. அருட்செல்வப்பேரரசன்

அஞ்சல்முகவரி
அரசன் வரைகலை
31/101, டாக்டர் அம்பேத்கர் நகர், 1வது தெரு,
திருவொற்றியூர், சென்னை – 600 019.

மின்னஞ்சல்
arulselvaperarasan@gmail.com

கைபேசி
+91 9543390478

முகநூல்
arulselva.perarasan

கீச்சு
arasaninfo

வலைத்தளம்
www.arasan.info

www.ingramcontent.com/pod-product-compliance
Lightning Source LLC
Chambersburg PA
CBHW031736150726
47989CB00006B/2477